Omwoyo, Emmeeme,
n'Omubiri: Ekitabo 1

Olugero Lw'okwezuula 'Ffe' mu ngeri ey'Ekyama

Omwoyo, Emmeeme, n'Omubiri: Ekitabo 1

Dr. Jaerock Lee

Omwoyo, Emmeeme, n'Omubiri: Ekitabo 1 kya Dr. Jaerock Lee
Kyafulumizibwa aba Urim Books (Abakulirwa: Johnny. H. Kim)
235-3, Guro-dong 3, Guro-gu, Seoul, Korea
www.urimbooks.com
 Obuyinza bwonna tubwesigaliza. Ekitabo kino oba ebitundu byakyo tebirina kufulumizibwa nate mu ngerri yonna, oba okuterekebwa mu ngeri yonna, oba okufulumizibwa mu kika kyonna ng'okwokyesaamu, oba okunaazaamu kkoppi, awatali lukusa okuva eri abaakifulumya.

Okujjako nga kiragiddwa, eby'awandiikibwa byonna bisimbuddwa mu Kitabo Ekitukuvu.

Obwannannyini @ 2012 bwa Dr. Jaerock Lee
ISBN: 979-11-263-1304-4 03230
Obwannannyini ku kuvunnula @ 2012 bwa Dr. Esther K. Chung. Ng'akkiriziddwa.

 Kyasooka kufulumizibwa mu lulimi olu Korea aba Urim Books mu 2009

 Kyasooka kufuluma mu gw'omusanvu 2012

 Kyasunsulibwa Dr. Geumsun Vin
 Kyalungiyizibwa Ekitongole ekisunsuzi ekya Urim Books
 Ayagala okumanya ebisingawo: yita mu mukutu gwa urimbook@hotmail.com

Ennyanjula

Abantu bulijjo bagala okuba obulungi nga babeera mu bulamu obw'essanyu era obutajula. Naye wadde balina sente, obuyinza, n'etutumu, tewali muntu asobola kuwona kufa. Shir Huang-di, nga ye Mukulembeze w'obwakabaka bwa China eyasooka, yanywa eddagala erikugira okufa, kyokka wadde guli bwe gutyo naye teyasobola kwewoma kufa. Wabula okuyita mu Baibuli, Katonda atusomesezza engeri gye tuyinza okufunamu obulamu obutaggwawo. Obulamu buno bukulukuta okuyita mu Yesu Kristo.

Okuva lwe nnakkiriza Yesu Kristo era n'entandika okusoma Baibuli, Nnatandika okusaba okusobola okutegeera mu buziba omutima gwa Katonda. Katonda yanziramu oluvannyuma lw'emyaka musanvu olw'okusaba okutakoma n'okusiibanga buli bbanga. Nga maze okutandika ekanisa, Katonda yannyinyonyola ebyawandiikibwa bingi ebizibu ebisangibwa mu Baibuli okuyita mu kulung'amizibwa okw'Omwoyo Omutukuvu, nga n'ekimu ku byo bwe bubaka obulambulula mu bujjuvu obukwata ku

'Mwoyo, Emmeeme, n'Omubiri'. Luno lwe lugero olw'ekyama olutusobozesa okutegeera omuntu gye yava era ne lutuganya okwetegeera. Lwe lugero olwogera kw'ebyo bye mbadde nga siwuliranga walala wonna, era lye ssanyu lyange eryo lye sisobola kunnyonyola.

Bwe nabuulira obubaka ku mwoyo, emmeeme, n'omubiri, waaliwo obujjulizi bungi n'abantu okukyuka munda mu Korea ne mu mawanga amalala. Bangi baagamba nti baasobola okwezuula, ne bategeera baali bantu ba kika ki, era ne bafuna okuddibwamu nga bategeera ebyawandiikibwa bingi ebizibu mu Baibuli wamu n'okutegeera engeri z'okufunamu obulamu obwa ddala. Abamu ku bantu abo bagamba nti balina ekiruubirirwa eky'okufuuka omuntu ow'omwoyo olwo basobole okwenyigira mu buzaaliranwa bwa Katonda era bafuba okukituukiriza nga bwe kyawandiikibwa mu 2 Peetero 1:4, awasoma nti, "Ebyatuweesa ebisuubizibwa eby'omuwendo omungi ebinene ennyo, olw'ebyo mulyoke mugabanire awamu obuzaaliranwa bwa Katonda bwe mwawona okuva mu kuzikiririra okuli mu nsi olw'okwegomba."

Ekitabo kya Sun Tzu ekiyitibwa 'The Art of War' kigamba

Ennyanjula

nti bw'oba weemanyi era ng'omanyi n'omulabe wo, tosobola kuwangulwa. Obubaka ku "Mwoyo, Emmeeme, n'Omubiri" bukuba ekitangaala mu kikula 'kyaffe' ekyekwese era ne butusomesa ku nsibuko y'omuntu. Bwe tuyiga n'okutegeera obubaka buno obulungi ennyo, tujja kuba tusobola okutegeera ekika ky'omuntu yenna. Era tujja kwongera okuyiga engeri gye tuwangulamu amaanyi ag'ekizikiza, agabadde gatusumbuwa, olwo tusobole okutambulira mu bulamu obw'ekikristaayo obw'obuwanguzi.

Nneebaza Geumsun Vin, akulira ekitongole Ekisunsuzi n'abakozi abeewaddeyo okufulumya ekitabo kino. Kansuubire nti munaakulaakulana mu bintu byonna era mujja kuba balamu ng'emmeeme zammwe zikulaakulana, n'okusinga mu byonna nga mugabanira wamu n'obuzaaliranwa obwa Katonda.

Ogw'omukaaga 2009,
Jaerock Lee

Okutandika Olugendo ku Mwoyo, Emmeeme, n'Omubiri

"Era Katonda ow'emirembe yennyini abatukulize ddala, era omwoyo gwammwe n'obulamu , n'omubiri byonna awamu bikuumibwenga awatali kunenyezebwa mu kujja kwa Mukama waffe Yesu Kristo."(1 Abasessaloniika 5:23).

Abakugu mu bye ddiini babaddenga bakubaganya ebirowoozo, ku bitundu ebitalabika ebikola omuntu, wakati w'endowooza ebbiri ezigamba nti omuntu akolebwa mu bitundu bibiri, so nga abalala bagamba nti omuntu alimu ebitundu bisatu. Endowooza y'okuba nti omuntu akolebwa ebitundu bibiri: egamba nti abantu balina Omwoyo n'omubiri so nga yo endowooza egamba nti abantu balimu ebitundu bisatu egamba nti balina: omwoyo, emmeeme, n'omubiri. Ekitabo kino kyesigama ku ndowoozo ey'omuntu okuba n'ebitundu bisatu.

Emirundi mingi, okumanya kusobola okwawulwamu okumanya Katonda n'okumanya abantu. Kikulu nnyo gye tuli okumanya Katonda, nga tuli mu bulamu bw'ensi eno. Tusobola okuba obulungi era ne tufuna n'obulamu obutaggwaawo bwe tutegeera omutima gwa Katonda era ne tugoberera okwagala Kwe.

Abantu baatondebwa mu kifaananyi kya Katonda, era awatali Katonda, tebasobola kubeerawo. Awatali Katonda abantu tebasobola n'akutegeera bulungi nsibuko yaabwe. Tusobola okuba n'eky'okuddamu eri ekibuuzo ku nsibuko y'omuntu singa tuba tumanyi Katonda y'ani.

Omwoyo, emmeeme, n'omubiri biggwa mu kkowe lye tutasobola kutegeera na kumanya kwa muntu, magezi, na maanyi. Lye kkowe lye tusobola okutegeera okuva ku Katonda oyo ategeera ensibuko y'omuntu. Eno yensonga yennyini oyo eyakola ekyuma kikalimagezi gyawa olw'okuba yalina amagezi ag'ekikugu ku nkula n'enkola y'ebyuma bikalimagezi, kale omuzimbi yasobola okumalawo obuzibu bwonna obwekuusa ku nkola y'ekyuma kikalimagezi. Ekitabo kino kijjudde amagezi ag'omwoyo ku mutendera ogw'okuna agatusobozesa okutegeera obulungi ebibuuzo ku mwoyo, emmeeme, n'omubiri.

Ebintu ebyenjawulo abasomi bye basobola okuyiga okuva mu kitabo kino mwe muli:

1. Okutegeerera ddala obulungi mu ngeri ey'omwoyo, omwoyo, emmeeme, n'omubiri, nga bino bye bikola omuntu, era abasomi basobola okwetunulamu ne bategeera obulamu kye ki mu ngeri ey'enjawulo era ey'ebuziba.

2. Basobola okutuuka ku ddala ery'okwetegerera ddala nga bamanya kye nnyini kye balina okuba na kiki kye beefudde. Ekitabo kino kiraga ekkubo eri abasomi ery'okwetegeera nga omutume Paulo bwe yagamba mu 1 Abakkolinso 15:31, "Nfa bulijjo" ne basobola okutuukiriza obutuukirivu era ne bafuuka abantu ab'omwoyo abo Katonda bayagala.

3. Tusobola okwewala okutegebwa omulabe setaani, era ne tufuna amaanyi ag'okuwangula ekizikiza kasita tuba nga twetegedde. Nga Yesu bwe yagamba, "oba nga yabayita abo bakatonda abajjirwa ekigambo kya Katonda,(so n'ebyawandiikibwa tebiyinza kudiba)" (Yokaana 10:35), ekitabo kino kiraga ekkubo eryangu eri abasomi eribasobozesa okwenyigira mu buzaaliranwa bwa Katonda era ne bafuna emikisa gyonna egyo egyabasuubizibwa Katonda.

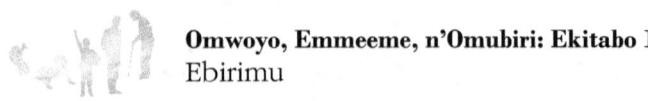
Omwoyo, Emmeeme, n'Omubiri: Ekitabo 1
Ebirimu

Ennyanjula

Okutandika Olugendo ku Mwoyo, Emmeeme, n'Omubiri

Ekitundu 1 Okutonda Omubiri

Essuula 1 Ekifaananyi ky'Omubiri

Essuula 2 Ekitonde
1. Okwawula amabanga mu ngeri ey'ekyama
2. Ebbanga Erirabibwa ne Bbanga ery'Omwoyo
3. Omuntu alina Omwoyo, Emmeeme, n'Omubiri

Essuula 3 Abantu mu Bbanga Erabibwa
1. Ensigo ey'Obulamu
2. Omuntu bw'ajja Okubeerawo
3. Obusobozi bw'Okwawula Obubi ku Bulungi
4. Emirimu gy'Omubiri
5. Okuteekateeka

Ekitundu 2 Okukolebwa kw'Emmeeme
(Enkola ye Mmeeme mu Bbanga Erirabibwa)

Essuula 1 Okukolebwa kw'Emmeeme
1. Ennyinnyonyola ye Mmeeme
2. Emirimu gy'Emmeeme Egy'enjawulo mu Bbanga Erirabibwa
3. Ekizikiza

Essuula 2 Omuntu wo

Essuula 3 Ebintu eby'Omubiri

Essuula 4 Okussukuluma ku Mutendera gw'Omwoyo Omulamu

Ekitundu 3 Okukomyawo Omwoyo

Essuula 1 Omwoyo n'Omwoyo Omujjuvu

Essuula 2 Enteekateeka ya Katonda Enkulu Ennyo

Essuula 3 Abantu Abatuufu

Essuula 4 Ensi ey'Omwoyo

 Omwoyo, Emmeeme, n'Omubiri: Ekitabo 1

Ekitundu 1

Okutonda Omubiri

Omuntu yasibuka wa?
Twava wa era tugenda wa?

Kubanga ggwe olina omwoyo gwange.
Wambikkako mu lubuto lwa mmange.
Naakwebazanga,
Kubanga okukolebwa kwange kwa ntiisa, kwa kitalo.
Emirimu gyo gya kitalo, N'ekyo emmeeme yange ekimanyidde ddala.
Tewakisibwa mubiri gwange,
Bwe nnakolerwa mu kyama,
Bwe nnatondebwa n'amagezi amangi mu bya wansi eby'ensi;
Amaaso go gaalaba omubiri gwange nga tegunnatuukirira;
Ne mu kitabo kyo ebitundu byange byonna ne biwandiikibwa.
Ebyabumbibwanga buli lunaku,
Bwe byali nga tebinnabaawo n'ekimu.
Zabbuli 139:13-16

Essuula 1
Ekifaananyi ky'Omubiri

Omubiri gw'omuntu ogwo oguddayo mu nfuufu obudde bwe buyitawo; emmere yonna abantu gye balya; ebintu byonna abantu bye balaba, bye bawulira, bye beeyagaliramu; na buli kimu kye bakola – bino byonna bya kulabirako 'eby'omubiri'.

Omubiri kye ki?

Abantu babeera Tebasaanidde, nga tebalina Mugaso, bwe Basigala mu Mubiri

Buli kintu kyonna mu Nsi kirina Omutendera mwe kigwa ogw'enjawulo

Ebyo Eby'okumutendera ogwa Waggulu Bifuga ebiri ku Mitendera egya Wansi

Okuva omuntu lwe yabaawo abantu bazze banoonya eky'okuddamu eri ekibuuzo 'Omuntu kye ki?' Eky'okuddamu eri ekibuuzo ekyo, kijja kutuwa eby'okuddamu eri ebibuuzo ebirala nga, "Ekigendererwa kyaffe mu bulamu kirina kubeera ki?" era "Tulina kutambula tutya mu bulamu bwaffe?" Emisomo gikoleddwa, okunoonyereza okwenjawulo kukoleddwa, n'okulowooza ku kubeerawo kw'omuntu byonna bikoleddwa nnyo mu bisaawe bya firosofa n'eddiini, naye si kyangu kufuna okuddamu okuvaayo obulungi era okutegerekeka.

Wabula wadde guli gutyo, abantu bazze bagezaako okwongerayo kawefube w'okufuna eky'okuddamu eri ekibuuzo "Omuntu kitonde kya nkula ki?" ne "Nze ani?" Ebibuuzo ng'ebyo bibuuzibwa kubanga eby'okuddamu eri ebibuuzo bino bisobola okufuuka ekisumuluzo ekiddamu ebizibu ebikulu eby'omuntu gye yava okubeerawo. Emisomo egikolebwa mu nsi muno tegisobola kuwa kuddamu kulambulukufu eri ebibuuzo nga bino, naye Ye Katonda asobola. Yatonda ensi ne byonna ebigirimu era Ye yatonda omuntu. Okuddamu kwa Katonda kwe kutuufu. Tusobola okubaako kye tutegeera eri ebibuuzo bino mu

Baibuli, nga kino kye Kigambo kya Katonda.

Abasomi batera okugabanyaamu ebitundu by'omubiri gw'omuntu emirundi ebiri, 'omwoyo' gwe 'n'omubiri' gwe. Ebyo ebikwatagana n'okulowoozaako biteekebwa mu 'mwoyo' ate ebyo ebirabika, ebikwatikako biyitibwa 'omubiri'. Kyokka, yo Baibuli omuntu emugabanyaamu ebitundu bisatu: omwoyo, emmeeme, n'omubiri.

1 Abasessaloniika 5:23 wasoma nti, "era Katonda ow'emirembe Yennyini abatukulize ddala, era omwoyo gwammwe n'obulamu n'omubiri byonna awamu bikuumibwenga awatali kunenyezebwa mu kujja kwa Mulama waffe Yesu Kristo."

Omwoyo n'emmeeme si bye bimu. Amanya gokka si gegawukana, naye ne mu makulu byawukana. Okusobola okutegeera 'omuntu' kyali, tulina okutegeera omubiri, emmeeme, n'omwoyo kye bitegeeza.

Omubiri kye ki?

Katusooke tulabe enkuluze kyeyita ekigambo 'omubiri'. Enkuluze ey'ekika kya Merriam-Webster egamba nti omubiri bye "bitundu ebigonda eby'ekisolo kyonna naddala ekyo ekirina eggumba ery'omu mugongo; naddala: ebitundu ebyeetooloola amagumba agakola enkula y'akyo, nga si ebitundu eby'omubiri eby'omunda, nga si magumba, wadde olususu." Kisobola n'okutegeeza ebitundu by'ekisolo ebiriibwa. Naye, okutegeera 'omubiri' kye kitegeeza mu baibuli tulina okusooka okutegeera amakulu ag'omwoyo mu kifo ky'okulowooza ku nkuluze kye guyita.

Baibuli etera nnyo okukozesa ekigambo 'Omubiri'. Ebiseera ebisinga kirina amakulu ag'omwoyo. Mu makulu ag'omwoyo, Omubiri kye kigambo ekikozesebwa ekitegeeza ebintu ebiggwawo, ebikyuka, ne bimala ne biggwerawo ddala bwe wayitawo ekiseera. Era kitegeeza ebintu ebiccaafu era ebitali biyonjo. Emiti egirina ebikoola ebyakiragala olumu girikala ne gifa era amatabi gaagyo n'enduli n'ebifuuka enku. Emiti, ebimera, n'ebintu byonna ebitonde biggwaawo, bivunda era ne bisaanawo bwe wayitawo ebbanga. N'olwekyo ebyo byonna gwe mubiri.

Ate abantu, nga be bakama b'ebitonde byonna? Olwa leero tulina abantu abali eyo mu buwumbi 7 mu nsi. Nga ne wetwogerera waliwo abaana abali mu kuzaalibwa ku nsi kuno, kyokka nga waliwo n'awantu abantu gye bali mu kufa. Bwe bafa, emibiri gyabwe giddayo mu nfuufu, kale bwe batyo n'abo mubiri. Era, ne mmere eriibwa, olulimi olwogerebwa, n'obutafaali obukulu mu kukola ebirowoozo, saako sayansi ne tekinologiya abantu gwe beetaaga byonna ebyo mubiri. Biggwaawo, bikyuka, era bifa buli kiseera bwe kiyitawo. N'olwekyo, buli kintu kyonna eky'oku nsi eno kye tusobola okulaba, ne bintu byonna mu nsi nga bwe tubimanyi byonna 'mubiri'.

Abantu, abaava ku Katonda, bantu abali mu mubiri. Era ne bye bakola byonna 'mubiri'. Abantu abali mu mubiri bakola biki era banoonya ki? Banoonya ebyo byokka omubiri bye gwegomba, okwegomba kw'amaaso, n'amalala g'obulamu og'okwegulumiza. N'obugunjufu omuntu bwe yagunjaawo buliwo kumatiza engeri omuntu bwawulira. Banoonya essanyu okusobola okumatiza okuyaayaana kwabwe n'okwegomba kw'omubiri. Ekiseera bwe kigenze kiyitawo abantu bagenze beeyongera okuyaayaanira ebintu ebisikiriza. Abantu gye bongera okugunjuka abantu gye bakoma okwegomba n'okwonooneka.

Nga bwe waliwo 'eby'omubiri' ebirabika, waliwo 'n'eby'omubiri' ebitalabika. Baibuli egamba obukyayi, okuyomba, obuggya, obutemu, obwenzi, n'ebyo byonna ebyekuusa ku kibi guba mubiri. Nga bwe wabaawo akawoowo k'ebimuli, empewo n'embuyaga kyokka nga tebirabika, bwe waliyo n'ekikula ky'obubi ekitalabika mu mitima gya bantu. Ebyo byonna 'mubiri'. N'olwekyo, omubiri kye kigambo ekikozesebwa okutegeeza ebintu byonna mu nsi ebiggwaawo ebikyuka bwe wayitawo ekiseera, n'agatali mazima gonna gamba nga ebibi, obubi, obutali butuukirivu, n'obugyeemu.

Abaruumi 8:8 wagamba, "...n'abo abali mu mubiri tebayinza kusanyusa Katonda." Bwe guba 'ng'omubiri' ogwogerwako mu lunyiriri luno gwe gwo omubiri omuntu gwayambadde gwe tulaba, kitegeeza nti tewali muntu n'omu ayinza kusanyusa Katonda. N'olwekyo kirina okuba n'amakulu amalala.

Era, Yesu yagamba mu Yokaana 3:6, "Ekizaalibwa omubiri kiba mubiri, n'ekizaalibwa Omwoyo kiba mwoyo." ne mu Yokaana 6:63, "Omwoyo gwe guleeta obulamu, omubiri teguliiko kye gugasa, ebigambo bye mbagamba gwe mwoyo, bwe bulamu." 'Omubiri' wano gutegeeza ebintu ebiggwaawo era ebikyuka, era yensonga lwaki Yesu yagamba nti teguliiko kye gugasa.

Abantu Babeera Tebasaanidde, nga Tebalina Mugaso, bwe Basigala mu Mubiri

Ekitali ku bisolo, abantu balina ebintu bye bayaayaanira okusinziira ku bye baagala n'endowooza zaabwe. Naye bino tebibeerera, era n'abyo mubiri. Ebintu abantu bye batwala ng'eby'omuwendo gamba nga obuggagga, ettuttumu, n'okumanya n'abyo tebirina mugaso era bijja kuggwawo. Ate ekyo ekiyitibwa 'omukwano'? Abantu ababiri bwe beeganza, bayinza okugambagana nti omu tasobola kubeerawo awatali munne. Naye abagalana bano batera okukyuka bwe bafumbiriganwa. Banyiiga mangu n'okwetamwa era ne babeera bakambwe olw'okuba waliwo kye batayagala. Enkyukakyuka zino zonna mu ngeri abantu gye beeyisaamu nazo 'mubiri'. Abantu bwe batambulira mu mubiri, babeera tebawukana na bisolo oba ebimera. Mu maaso ga Katonda ebintu byonna mubiri ebijja okuggwaawo era bisaanewo.

1 Peetero 1:24 wagamba, "Kubanga Omubiri gwonna guli ng'omuddo, N'ekitiibwa kyagwo kyonna kiri ng'ekimuli ky'omuddo. Omuddo guwotoka ekimuli ne kigwa," ne Yakobo 4:14 wagamba, "Naye nga temutegeera bya nkya. Obulamu bwammwe buli nga kiki? Muli lufu, olulabika akaseera akatono, ne lulyoka luggwaawo."

Omubiri n'ebirowoozo by'abantu byonna butaliimu okuva lwe byava mu Bigamba bya Katonda nga Ye mwoyo. Kabaka Sulemaani yeeyagalira mu kitiibwa kyonna omuntu kyayinza okubeeramu ku nsi kuno, naye nazuula obutaliimu obw'omubiri era n'agamba, "'Obutaliimu obusinga obutaliimu bwonna, bwayogera Omubuulizi, obutaliimu obusinga obutaliimu bwonna, byonna butaliimu. Magoba ki omuntu gaggya mu mulimu gwe gwonna gw'akola wansi w'enjuba?" (Omubuulizi 1:2-3)

Buli kintu kyonna mu Nsi kirina Omutendera mwe kigwa ogw'enjawulo

Omutendera mu ssomo lya fizikisi oba okubala gusinzisira ku kimu ku bintu ebisatu ebisalawo ekifo mu bbanga. Ekifo ku layini kirina okuba ne wekikwatagana, era nga guba ekkomo limu. Ekifo ku nnyonnyi kirina wekikwatagana wabiri, era kirina emitendera ebiri. Mu ngeri y'emu ekifo mu bbanga ekwatagana mu ngeri ssatu, era erina emitendera esatu.

Ebbanga mwe tubeera lya mitendera esatu mu fizikisi. Mu buziba obwa fizikisi obudde butwalibwa ng'omutendera ogw'okuna. Bwe batyo bwe bategeera emitendera mu sayansi.

Naye mu ndowooza y'omwoyo, emmeeme, n'omubiri, omutendera guyinza okwawulwamu ogwo ogulabibwa n'omutendera ogw'omwoyo. Omutendera ogw'ebyo ebirabibwa nagwo gugibwa mu 'ogwo ogutalina wegugwa' okutuuka ku 'gw'okusatu'. Okusooka, ekigambo ogutalina we gugwa kitegeeza ebintu ebitalina bulamu. Enjazi, ettaka, amazzi, ne byuma bigwa mu ttuluba lino. Ebintu byonna ebirina obulamu bigwa mu mutendera ogusooka, ogw'okubiri, oba ogw'okusatu.

Omutendera ogusooka guba gwogera ku bintu ebirina obulamu era nga bissa kyokka nga tebisobola kutambula kuva mu kifo kimu okudda mu kirala, kwe kugamba bibeera mu kifo kimu. Mu mutendera guno mulimu ebintu nga ebimuli, ebisubi, emiti n'ebimera ebirala. Birina omubiri, naye tebiba na mmeeme wadde omwoyo.

Omutendera ogw'okubiri mubaamu ebintu ebirina obulamu ebissa, ebisobola okutambula, era nga birina omubiri ne mmeeme. Mulimu ebisolo nga empologoma, ente, ne ndiga; mwe muli ebinnyonyi, ebyennyanja, n'ebiwuka. Embwa zisobola okutegeera bakama baazo oba okuboggolera bezitamanyi kubanga zirina emmeeme.

Omutendera ogw'okusatu mwe muli ebintu ebissa, ebitambula okuva mu kifo ekimu okudda mu kirala, era nga birina emmeeme n'omwoyo nga biri mu mubiri gwabyo ogulabika. Kitegeeza abantu nga bano be bakama b'ebitonde byonna. Ekitali ku bisolo, abantu bo babeera n'omwoyo. Basobola okulowooza n'okunoonya Katonda, era basobola okukkiririza mu Katonda.

Waliwo n'omutendera ogw'okuna ogutalabika n'amaaso gaffe. Gwe mutendera ogw'omwoyo. Katonda nga Ye mwoyo, eggye ery'omu ggulu ne bamalayika, ne bakerubi byonna bisangibwa ku mutendera ogw'omwoyo.

Ebyo Eby'okumutendera ogwa Waggulu Bifuga ebiri ku Mitendera egya Wansi

Ebitonde ebigwa mu mutendera ogw'okubiri bisobola okufuga era ne bigonza ebitonde ebisangibwa ku mutendera ogusooka oba egya wansi. Ebyo ebitonde ku mutendera ogw'okusatu bisobola okufuga n'okugonza ebitonde eby'okumutendera ogw'okubiri oba ebiri ku mitendera egya wansi. Ebitonde ku mitendera egya wansi tebisobola kutegeera emitendera egibisingako okuba waggulu. Ebyo ebirina obulamu ku mutendera ogusooka tebisobola kutegeera biri ku mutendera ogw'okubiri, n'ebyo ebiri ku mutendera ogw'okubiri tebisobola kutegeera bya kumutendera gwa kusatu. Eky'okulabirako, katugambe waliwo omuntu aliko ensigo gyasimbye mu ttaka, nagifukirira, era nagirabirira bulungi. Ensigo bwemera, ekula n'efuuka omuti, era ne gumera ebibala. Ensigo eyo tetegeera muntu kye yagikola. Ensiring'anyi ne bwe zirinyibwako abantu ne zifa, tezimanya nsonga lwaki. Ebitonde ku mutendera ogwa waggulu bisobola okufuga ebyo ebiri ku mutendera ogwa wansi, naye ng'okutwaliza awamu ebyo ebiri ku mutendera ogwa wansi tebirina kya kukola wabula okufugibwa ebyo ebiri ku mitendera egya waggulu.

Mu ngeri y'emu, abantu nga bye bitonde ebiri ku mutendera ogw'okusatu tebategeera nsi ey'omwoyo ng'eno esangibwa mu nsi ey'okumutendera ogw'okuna. N'olwekyo, abantu abatambulira mu mubiri tebalina kye basobola kukola kukufugibwa n'okuwambibwa dayimooni. Naye, bwe tweggyako omubiri ne tufuuka abantu ab'omwoyo, tusobola okuyingira mu nsi ey'oku mutendera ogw'okuna. N'olwekyo tusobola okufuga n'okuwangula emyoyo emibi.

Katonda nga ye mwoyo ayagala abaana Be okutegeera ensi ey'okumutendera ogw'okuna. Mu ngeri eno basobola okutegeera okwagala kwa Katonda, okumugondera, n'okufuna obulamu. Mu lubereberye essuula esooka, Adam nga tannalya ku muti ogw'okumanya obulungi n'obubi, yafuganga ebintu byonna. Olumu Adam yali omwoyo omulamu era nga wa mutendera ogw'okuna. Naye bwe yayanoona, omwoyo gwe ne gufa. Si Adam yekka, naye ne bazukulu be bonna kati bali ku mutendera ogw'okusatu. Kati, katulabe abantu, abaatondebwa Katonda, bwe baagwa okudda ku mutendera ogw'okusatu, ne ngeri gye bayinza okuddayo ku nsi ey'okumutendera ogw'okuna!

Essuula 2
Okutonda

Katonda Omutonzi yakola enteekateeka eyewunyisa ey'okuteekateeka omuntu. Nayawula ebbanga lya Katonda mu bbanga erirabibwa n'eryo ery'omwoyo era n'atonda eggulu n'ensi n'ebintu byonna ebirimu.

1. Okwawula amabanga mu ngeri ey'ekyama

2. Ensi erabibwa n'amaaso N'ensi ey'Omwoyo

3. Omuntu alina Omwoyo, Emmeeme, n'Omubiri

ey'ekitangaala era ng'afuga buli kintu ng'atambulatambula mu bbanga ly'ensi eddene. Mu 1 Yokaana 1:5 kyawandiikibwa nti Katonda gwe Musana. Omusana kitegeeza ekitangaala eky'omwoyo, era waba wategeeza ne Katonda eyaliwo ng'ekitangaala mu ntandikwa.

Tewali muntu yazaala Katonda. Kye kitonde ekituukiridde ekiriwo ku lwakyo. N'olwekyo, tetulina kugezaako kumutegeera n'amaanyi gaffe saako okumanya ebirina w'ebikoma. Yokaana 1:1 we wasangibwa ekyama 'ky'olubereberye'. Wagamba, "ku lubereberye waaliwo Kigambo." Kuno kwe kunnyonnyola enkula ya Katonda ng'Ekigambo kiriwo mu ngeri ey'ekyama mu kitangaala ekisingayo obulungi ng'afuga ebbanga lyonna mu nsi yonna.

Wano, 'olubereberye' kitegeeza ekiseera nga tewali kintu kyonna ekyakabaawo, ekiseera abantu kye batasobola kufumiitirizaako. Kino kyogera ku kiseera ekyo 'olubereberye' mu Lubereberye 1:1, ng'eno ye ntandikwa y'okutonda. Olwo, bintu bya kika ki ebyabaawo ng'okutonda ensi tekunnabaawo?

1. Okwawula Amabanga mu Ngeri ey'ekyama

Ensi ey'omwoyo teri wala nnyo. Waliwo wankaaki ezikwatagana n'ensi ey'omwoyo ku bitundu eby'enjawulo ebye ggulu erirabika.

Nga wayiseewo ekiseera ekiwanvu ennyo, Katonda yayagala okufuna omuntu gwasobola okugabana Naye okwagala Kwe wamu ne bintu ebirala byonna. Katonda alina obwa Katonda ne obuntu era olw'ensonga eno Yayagala okugabana buli kimu kyonna kyalina n'omuntu mu kifo ky'okubyeyagaliramu obwomu. Olw'ekirowoozo kino mu nda mu Ye, Yakola enteekateeka ey'okuteekateeka omuntu. Ye nteekateeka ey'okutonda abantu, okubawa omukisa okubaaza n'okweyongerako, okufuna emyoyo egitabalika egifaanana Katonda, n'emyoyo okudda eri obwakabaka obw'omu ggulu. Nga abalimi bwe basimba ebirime byabwe, ne bakungula olwo ne batereka bye bakungudde mu kyagi.

Katonda yamanya nti wajja kwetagayo ebbanga ery'omwoyo gyajja okubeeranga, ne bbanga erirabika okuteekateeka omuntu gye kunaakolebwa. Nayawula mu nsi ennene, nagyawulwamu ensi ey'omwoyo n'ensi erabibwa n'amaaso. Okuva kw'olwo Katonda bwatyo nabeerawo nga Katonda obusatu nga ye Katonda Kitaffe, Katonda Omwana, ne Katonda Omwoyo Omutukuvu. Olw'okuteekateeka omuntu okwali okw'okubaawo mu kiseera ekijja mu maaso, Omulokozi Yesu n'omuyambi Omwoyo Omutukuvu baali bajja kwetaagibwa.

Okubikkulirwa 22:13 wagamba, "Nze Alufa ne Omega, ow'olubereberye era omukoobezi, okusooka n'enkomerero." Kyawandiikibwa ekyogera ku Katonda Obusatu. 'Alufa ne

Omega' kitegeeza Katonda kitaffe oyo ow'olubereberye era omukoobezi ow'okumanya kwonna n'obugunjufu bw'abantu. 'ow'olubereberye era omukoobezi' kitegeeza Katonda Omwana, Yesu, nga ye yatandika n'okukomekereza obulokozi bw'abantu. 'Okusooka n'enkomerero' kitegeeza Omwoyo Omutukuvu nga mutandisi era omukomekkereza w'okuteekateekwa kw'abantu.

Omwana Yesu yakola omulimu gw'Omulokozi. Omwoyo Omutukuvu n'ategeeza eby'Omulokozi nga Omuyambi era n'atuukiriza okuteekateeka omuntu. Baibuli eyoleka Omwoyo Omutukuvu mu ngeri ez'enjawulo ng'emugeraageranya ku Jjuba oba omuliro, era olumu Ayitibwa 'Omwoyo w'Omwana wa Katonda'. Abaggalatiya 4:6 wagamba, "Era kubanga muli baana, Katonda yatuma Omwoyo gw'Omwana we mu mitima gyaffe ng'akaaba nti Aba!, Kitaffe!'" Era, Yokaana 15:26 wagamba,"Naye Omubeezi bw'alijja, gwe ndibatumira ava eri Kitange , Omwoyo ow'amazima, ava eri Kitange oyo alitegeeza ebyange."

Katonda Kitaffe, Omwana, n'Omwoyo Omutukuvu baafuna enkula ez'enjawulo okusobola okutuukiriza enteekateeka y'okuteekateeka omuntu, era enteekateeka baagiteesaako bonna. Kino kiragibwa mu byawandiikibwa eby'ogera ku kutonda mu Lubereberye essuula 1.

Olubereberye 1:26 bwe wagamba, "Katonda n'ayogera nti, 'Tukole omuntu mu ngeri yaffe, mu kifaananyi kyaffe,'" kino tekitegeeza nti abantu bakolebwa mu kifaananyi kya Katonda kitaffe, Katonda Omwana n'Omwoyo Omutukuvu eky'okungulu kyokka, kitegeeza omwoyo, nga gwe musinji gw'abantu, guva eri Katonda era omwoyo guno gwefaananyirizaako Katonda omutuukirivu.

Ensi erabibwa n'amaaso N'ensi ey'Omwoyo

Katonda bwe yali akyabeera yekka, Yali talina kwawulamu nsi, kyokka olw'okuteekateeka abantu waali weetaagibwawo okubeerawo ensi erabibwa ng'eno abantu gye bajja okubeera. Olw'ensonga eno kwe kwawula ensi erabibwa kw'eyo ey'omwoyo.

Naye okwawula ensi erabibwa ku nsi ey'omwoyo tekitegeeza nti yakutulibwamu amabanga abiri ag'enjawulo nga bw'olaba ekintu bwe kisalibwamu emirundi ebiri. Eky'okulabirako, katugambe waliwo omukka gwa mirundi ebiri mu kisenge. Tugattamu ekirungo ekirala omukka ogw'ekika ekimu negufuuka mumyufu, Olwo nno guba gusobola okwawulibwa ku mikka emirala gyonna. Wadde mu kisenge mulimu omukka gwa mirundi ebiri, amaaso gaffe gasobola kulaba ogwo omukka omumyufu gwokka.Wadde omukka guli omulala tegulabika naye n'agwo gubeera we guli

Mu ngeri y'emu, Katonda yayawula mu bbanga eddene ery'omwoyo, erimu nalifuula ensi gye tulaba endala ensi ey'omwoyo etalabika. Kyokka, Ensi erabika n'eyo ey'omwoyo etalabika tebiri ng'ekyokulabirako ky'emikka egy'emirundi ebiri gye mbawadde. Zo zanjawulo wadde zirina wezikwataganira. Era wadde zibanga ezikwatagana, za njawulo.

Ng'obukakafu nti ensi erabibwa n'eyo etalabibwa ey'omwoyo biri wanjawulo era mu ngeri ey'ekyama, Katonda ataddewo wankaaki ez'enjawulo ezigenda eri ensi ey'omwoyo mu bifo ebyenjawulo mu nsi. Ensi ey'omwoyo teri wala nnyo. Waliwo wankaaki ezigenda eri ensi ey'omwoyo mu bifo bingi ku ggulu eryo amaaso gaffe kwe gakoma. Singa Katonda yali wakuggula amaaso gaffe ag'Omwoyo, wandibaddengayo lwe tulengera mu nsi ey'Omwoyo okuyita mu wankaaki ezo.

Stefano bwe yajjula omwoyo n'alaba Yesu ng'ayimiridde ku mukono gwa Katonda ogwa ddyo, kyaliwo lwakuba amaaso ge ag'omwoyo n'ewankaaki emu ey'oku nsi ey'omwoyo byali biggule (Ebikolwa 7:55-56).

Eliya yatwalibwa waggulu mu ggulu nga mulamu. Mukama Yesu eyazuukira yagenda mu ggulu. Musa ne Eliya baalabikira ku Lusozi awaali okuwanyisibwa kwa Yesu. Tusobola okutegeera nti bino ddala byaliyo bwe tukkiriza nti waliyo wankaaki ku nsi ey'omwoyo.

Ensi nnene nnyo era ng'eyinza okuba teggwayo mu bugazi. Ebbanga erirabikako lirina obugazi obutwala emyaka obuwumbi 46 okusobola okulimalayo.1 Bweba ng'ensi ey'omwoyo etandikira ensi gye tulaba wekoma, n'ennyonyi esingayo okudduka kiba kigitwalira ebbanga eritamanyiddwa okutuuka ku nsi ey'omwoyo. Era, weewunye ekiseera bamalayika kye bayinza okumala nga batambula wakati w'ensi ey'omwoyo ne gye tulaba! Wabula, olw'okubeerawo kwa wankaaki zino okuba nga weewayitibwa okuyingira mu nsi ey'omwoyo nga oggulawo buguzi n'okuggalawo, kyanguyira omuntu okuyingira n'okufuluma ng'abeera ng'ayita mu luggi.

Katonda Yakola Eggulu lya Mirundi Ena

Katonda ng'amaze okwawulamu ensi ey'omwoyo n'eyo erabika, Yayongera okwawula mu ggulu okusinziira ku bwetaavu. Baibuli ekyogerako nti eggulu teriri limu lyokka wabula lya mirundi mingi. Kwe kugamba etubuulira nti waliwo eggulu erye mirundi emirala okusinga kw'eryo lye tulaba n'amaaso gaffe.

Ekyamateeka 10:14 wasoma nti, "Laba, MUKAMA Katonda wo ye nannyini ggulu, n'eggulu erya Waggulu, ensi era n'ebigirimu byonna" ate mu Zabuli 68:33 wasoma, "Oyo eyeebagala ku ggulu eriri waggulu w'eggulu, eryabaawo edda n'edda lyonna; Laba, ayogera n'eddoboozi Lye, lye ddoboozi ery'amaanyi." Ne Kabaka Sulemani yagamba mu 1 bassekabaka 8:27, "Naye Katonda anaabeeranga ku nsi mazima ddala?Laba, eggulu n'eggulu ly'eggulu teriyinza kukugyamu, kale ennyumba eno gye nzimbye nga teriyinza n'akatono!"

Katonda yakozesa ekigambo 'eggulu' okulaga ensi ey'omwoyo, olwo tusobole okutegeera amangu ebifo ebiri mu nsi ey'omwoyo. 'Eggulu' lyawulwamu emirundi ena. Ebbanga lyonna lye tulaba, omuli ensi kwe tuli, n'eby'omu bwengula bye biyitibwa eggulu erisooka.

Okuva ku ggulu ery'okubiri n'okweyongerayo ebyo bifo bya mwoyo. Olusuku Adeni n'ekifo eky'emyoyo emibi bisangibwa mu ggulu ery'omulundi ogw'okubiri. Nga Katonda amaze okutonda omuntu, Yatonda n'Olusuku Adeni, nga wano we wabeera omusana mu ggulu ery'okubiri. Katonda n'aleeta omuntu mu lusuku Adeni era n'amuganya okufuga buli kirimu kyonna (Olubereberye 2:15).

Namulondo ya Katonda esangibwa mu ggulu ery'okusatu. Bwe bwakabaka obw'omu ggulu eyo abaana ba Katonda gye bajja okubeera abo abaliba bafunye obulokozi okuyita mu kuteekebwateekebwa.

Eggulu ery'okuna lye ggulu eryasookawo eyo Katonda gye yabeeranga obw'omu mu nkula y'ekitangaala nga tannaba kwawulamu bifo bya njawulo. Ekifo kino kya kyama nga buli kimu kituukirizibwa nga Katonda bw'aba ayagala kibeere. Era kifo ekitaliiko kulemesebwa kintu kyonna ka bube budde oba ebbanga.

2. Ebbanga Erirabibwa ne Bbanga Ery'omwoyo

Ensonga eri ki erobera bangi ku bakakensa mu Baibuli okuzuula Olusuku Adeni wadde bagezezzaako nnyo? Lwakuba Olusuku Adeni lusangibwa mu ggulu ery'okubiri, ng'eno nsi ya mwoyo.

Ebbanga Katonda lye yayawulamu lisobola okuteekebwa mu mitendera ebiri ebbanga erirabibwa ne bbanga ery'omwoyo. Olw'abaana Be beyali ajja okufuna mu kuteekebwateekebwa kw'omuntu, Katonda yakola obwakabaka obw'omu ggulu mu ggulu ery'okusatu, era n'ateeka Ensi mu ggulu erisooka okubeera ekifo abantu we bajja okuteekerwateekerwa.

Olubereberye essuula 1 eraga mu bufunze engeri okutonda kwa Katonda gye kwagendamu mu nnaku omukaaga. Katonda olubereberye ensi teyagitonda ng'etuukiridde. Yasookawo musingi ogw'ettaka olwo nazzaako ebbanga okuyita mu kutonda ebitonde ebya buli kika. Katonda yatwala ekiseera ekiwera n'okufaayo okumala ng'alungiya byatonze, olumu ng'ajja ne ku nsi okulaba ebintu bwe byali bitambula, kubanga Ensi kye kyali ekifo we yali ajja okugya abaana Be abaagalwa, era abatuufu.

Obwana bukula bulungi nnyo nga bukuumibwa ebisenga n'amazzi ebiri mu lubuto lwa maama waabwo. Mu ngeri y'emu, Ensi ng'emaze okutondebwa nga n'omusingi gumaze okuteekebwawo, Ensi yonna yali ejjudde amazzi amangi, era ng'mazzi gano ge gali amazzi ag'obulamu agava mu ggulu ery'okusatu. Ensi yateekebwateekebwa bulungi ng'ekifo ebintu byonna mwe bisobola okubeera olw'okuba yali ejjuziddwa amazzi ag'obulamu. Olwo, Katonda n'atandika okutonda.

Ebbanga Erirabibwa, nga kye kifo Aw'okuteekerateekera Abantu

Katonda bwe yagamba, "Wabeewo obutangaavu" ku lunaku olusooka olw'okutonda, wabaawo ekitangaala eky'omwoyo ekyava ku namulondo ya Katonda era n'ekijjuza Ensi. N'ekitangaala kino amaanyi ga Katonda ag'olubeerera n'ekikula Kye eky'obwa Katonda byayingira mu bintu byonna era ebintu byonna ne bifugibwa amateeka g'obutonde (Abaruumi 1:20).

Katonda yayawula obutangaavu ku kizikiza era obutangaavu n'abuyita 'emisana', era ekizikiza N'akiyita 'ekiro'. Katonda n'ateeka etteeka nti wabeewo emisana n'ekiro n'entambula y'obudde nga tannaba na kutonda njuba wadde omwezi.

Ku lunaku olw'okubiri, Katonda n'akola ebbanga eryawula amazzi agali wansi w'ebbanga n'amazzi agali waggulu mu bbanga. Katonda ebbanga n'aliyita eggulu, nga lye ggulu lye tulaba n'amaaso gaffe. Kati, ekifo aw'okubeera n'ekitondebwa nga kisobola okubeeramu ebintu ebiramu byonna. Empewo ey'abantu okussa n'etondebwa; ebire n'eggulu byakolebwa ng'eno ensi bwegenda yeetereeza obulungi nga buli kintu bwe kyali kirina okubeerawo.

Amazzi agali wansi w'ebbanga ge mazzi agasigala kungulu ku Nsi. Ze nsulo z'amazzi ezikola ebifo ng'agayanja ennyanja n'emigga (Olubereberye 1:9-10).

Amazzi agali waggulu mu bbanga geegakung'anyizibwa okuba mu Lusuku Adeni mu ggulu ery'okubiri. Ku lunaku olw'okusatu, Katonda n'akung'anya amazzi mu kifo kimu, olukalu lusobole okulabika. N'atonda ebisubi wamu n'ebirime.

Ku lunaku olw'okuna Katonda n'atonda enjuba , omwezi, emmunyeenye, era n'abiganya okufuga ekiro n'emisana. Ku lunaku olw'okutaano N'atonda eby'omu nnyanja n'ebinnyonyi. N'ekisembayo, ku lunaku olw'omukaaga Katonda n'atonda ebisolo byonna n'abantu.

Ebbanga Eritalabika Ery'omwoyo

Olusuku Adeni luli mu nsi ey'omwoyo mu ggulu ery'okubiri, naye ng'eno wanjawulo ku nsi ey'omwoyo mu ggulu ery'okusatu. Si wa Mwoyo mu bujjuvu kubanga n'ebyo ebirabibwa bisobola okubeerayo. Katugambe nti, kye kifo ekiri wakati w'omubiri n'omwoyo. Nga Katonda amaze okutonda omuntu ng'omwoyo omulamu, Yasimba olusuku Adeni oludda lw'ebuvanjuba, era bwatyo N'aleeta omuntu okubeera mu Lusuku Adeni (Olubereberye 2:8).

Wano, 'ebuvanjuba' tekitegeeza ebuvanjuba gye tumanyi n'okulaba. Walina amakulu ag'enjawulo 'ag'ekifo ekyetooloddwa omusana'. N'olwaleero, Abakugu mu baibuli bangi balowooza nti Olusuku Adeni luli mu kifo awasangibwa emigga egiyitibwa Euphrates ne Tigris, era nga wadde bakoze okunoonyereza kungi n'okunoonya tebannasobola kuzuula wantu wonna wakwatagana n'olusuku Adeni. Ensonga eri nti Olusuku Adeni, ng'eno 'omwoyo omulamu' Adamu yabeerako yo, luli mu ggulu ery'okubiri, ng'eno nsi ya mwoyo.

Olusuku Adeni wantu wanene nnyo nga tetusobola ne kukubisaamu bwe wenkana. Abaana Adam beyazaala nga tanayonoona bakyabeerayo, nga bagenda mu maaso n'okuzaala abaana abalala. Olusuku Adeni terukugirwa kifo, kale terusobola kujjula wadde ng'ebbanga liyiseewo.

Naye mu Lubereberye 3:24, tusoma nti Katonda bwe yagobamu omuntu, n'azzaamu bakerubi, era n'ekitala ekimyansa ekikyukakyuka okukuumanga olusuku Adeni oluli e Buvanjuba.

Kino kiri bwe kityo lwakuba ebuvanjuba awasangibwa olusuku Adeni watunudde butereevu mu kifo eky'enzikiza. Emyoyo emibi bulijjo gyalinga gyagala okuyingira mu lusuku Adeni olw'ensonga ezitali zimu. Okusooka, gyayagalanga okukema Adamu n'eky'okubiri gyayagalanga okulya ku kibala eky'omuti ogw'obulamu. Gyayagalanga okufuna obulamu obutaggwawo nga girya ekibala olwo gitandike okuwakanya Katonda olubeerera. Adamu yalina omulimu gw'okukuuma olusuku Adeni obutalumbibwa maanyi ga kizikiza. Naye olw'okuba Adamu yali alimbiddwa omulabe Setaani nalya ku muti ogw'okumanya obulungi n'obubi, era bwatyo nagobebwa najja ku nsi kuno, bakerubi n'ekitala ekimyansa ekikyukakyuka n'ebidda mu bigere bye okukola omulimu gwe.

Tusobola okukiraba nti ekifo ekirimu omusana nga wano we wasangibwa Olusuku Adeni n'ekifo awasangibwa enzikiza aw'emyoyo emibi biri munsi emu mu gulu ery'okubiri. Era, mu kifo awali omusana mu ggulu ery'okubiri, we wali ekifo abakkiriza webajja okweyagalira mu mbaga ey'obugole ey'okumala emyaka omusanvu nga bali wamu ne Mukama oluvannyuma lw'okudda Kwe okw'omulundi ogw'okubiri. Walungi nnyo okusinga olusuku Adeni. Abo bonna abaze balokolebwa okuva ku kutonda ensi bajja kwetaba ku mbaga eno, era omuntu ayinza okulowooza ku bunene ekifo kino bwe kiriko.

Waliwo ne ggulu ery'okusatu n'ery'okuna mu nsi ey'omwoyo, era ebisingawo ku bifo bino bijja kunnyonnyolwa mu kitabo ekiddako ekya Omwoyo, Emmeeme, n'Omubiri. Ensonga lwaki Katonda yayawulamu ensi erabibwa n'ensi ey'omwoyo era n'abyawulamu ebifo ebirala bingi, Yakikola ku lwaffa abantu. Yakikola olw'okutuukiriza okuteekateeka abantu okusobola okufuna abaana abatuufu. Kati, omuntu alina ki era yakolebwa atya?

3. Abantu balina Omwoyo, Emmeeme, n'Omubiri

Ebyafaayo by'omuntu ebyawandiikibwa mu Baibuli byatandikira mu kiseera Adamu weyagobebwa mu lusuku nadda ku nsi olw'ekibi kye. Ebyafaayo bino tebyogera ku kiseera Adamu weyabeerera mu Lusuku Adeni.

1) Adamu, Omwoyo Omulamu

Okutegeera omuntu eyasooka, Adamu, yentandikwa y'okutegeera ebintu ebikulu ku muntu. Katonda yatonda Adamu ng'omwoyo omulamu olw'okuteekateeka kw'omuntu. Olubereberye 2:7 wannyonnyola engeri Adamu gye yatondebwamu: "MUKAMA Katonda n'abumba omuntu n'enfuufu y'ensi, n'amufuuwamu mu nnyindo omukka ogw'obulamu, omuntu nafuuka omukka omulamu."

Ebikozesebwa Katonda bye yakozesa okutonda Adamu yali nfuufu ey'ensi. Ekyo kyali bwe kityo lwakuba omuntu yali wakuyita mu kuteekebwateekebwa ku nsi kuno (Olubereberye 3:23).

N'ekirala lwakuba ettaka, nga ye nfuufu okuva mu ttaka, lijja kukyusa eneeyisa yalyo okusinziira ku ebyo ebirigattiddwamu.

Katonda teyakola kikula kya muntu kyokka n'enfuufu ey'ensi wabula yakola n'ebitundu bye eby'omunda, amagumba, emisuwa, n'obusimu. Omubumbi omulungi yandikozeseza ebbumba erisingayo obulungi okubumba ebyatika. Engeri Katonda gye yatonda omuntu mu kifaananyi Kye, Omuntu nga yandibadde mulungi nnyo!

Adamu yakolebwa n'olususu olweru ng'amata era nga lunyirivu. Yali musajja wa kiwago era ng'omubiri gwe gutuukiridde okuva ku mutwe okutuuka ku kigere, n'ebitundu bye byonna eby'omunda na buli katafaali konna ku mubiri gwe. Yali mulungi nnyo. Katonda bwe yafuuwa mu Adamu ono omukka ogw'obulamu, n'afuuka ekitonde ekiramu, omwoyo omulamu. Engeri gye yakolebwamu eba nga bw'olaba ettaala ekoleddwa obulungi naye nga tesobola kwaka ku lwayo. Esobola okwaka singa ebeera eteereddwa mu masanyalaze .

Omutima gwa Adamu gwatandika okukuba, omusaayi gwe ne gutandika okutambula, n'ebitundu eby'omunda saako obutafaali n'ebitandika ng'amaze kufuna omukka ogw'obulamu ogwamufuuyibwamu Katonda. Obwongo bwe ne butandika okukola, amaaso ge ne galaba, amatu ge ne gawulira, n'omubiri gwe ne gutandika okutambula nga bwe yayagala nga'amaze okufuna omukka ogw'obulamu.

Omukka ogw'obulamu ge maanyi ga Katonda. Kwe kugamba y'ensibuko y'amaanyi okubeezaawo obulamu. Nga Katonda amaze okufuuwa omukka ogw'obulamu mu Adamu, Adamu bwatyo n'atandika okuba n'ekikula ky'omwoyo ekiringa ekifaananira ddala omubiri gwe. Ng'omubiri gwa Adamu bwe gwalina enkula yaagwo, omwoyo gwe nagwo gw'afuna enkula yennyini efaanana ng'omubiri gwe. Ebisingawo ku kikula ky'omwoyo bijja kunnyonyolwa mu kitundu ekirala ekye kitabo kino.

Omubiri gwa Adamu, nga kati yali omwoyo omulamu, gwalina ennyama n'amagumba ebitafa. Omubiri gwasitulanga omwoyo ogwawuliziganyanga ne Katonda ne mmeeme eyali ey'okuyamba omwoyo. Emmeeme n'omubiri byagonderanga omubiri, era mu ngeri eno yasobolanga okukuuma Ekigambo kya Katonda era ng'awuliziganya ne Katonda kubanga Katonda mwoyo.

Naye Adamu bwe yali yakatondebwa, omubiri gwe gwali gwa muntu mukulu, naye yali talina kyamanyi. Ng'omwana bwasomesebwa n'ayiga empisa ne neeyisa mu bantu n'okubaako kyakola mu bantu, naye yalina okubaako byayiga ebituufu. Kale, bwe yamala okumutwala mu Lusuku Adeni, Katonda yasomesa

Adamu amagezi amatuufu n'okumanya okw'omwoyo. Katonda yamusomesa engeri gyayinza okubeeramu obulungi n'ebintu ebirala byonna mu nsi, amateeka ge nsi ey'omwoyo, Ekigambo eky'amazima, n'amagezi ga Katonda agataggwayo. Bwatyo Adamu bwe yasobola okufuga buli kintu kyonna ku nsi.

Okubeerawo Ekiseera Ekinene ennyo

Adamu, omwoyo omulamu, gwafuganga Olusuku Adeni n'Ensi nga mukama w'ebitonde byonna, olw'okuba n'amagezi saako okumanya okw'omwoyo. Katonda yalowooza nti tekyali kirungi ye okubeera obw'omu, bwatyo kwe kutonda omukazi, Kaawa, okuva mu lumu ku lubirizi lwe. Katonda n'amutonda ng'omuyambi amusaanira era n'abaganya okuba omubiri gumu. Kati, ekibuuzo kiri nti, Baamala bbanga ki nga babeera mu Lusuku Adeni?

Baibuli tewa bbanga, naye baabeerayo okumalira ddala ebbanga ddene. Naye tusanga mu lubereberye 3:16 nga wagamba nti, "[Katonda] n'agamba omukazi nti, 'Okwongera naakwongerangako obulumi bwo n'okubeeranga kwo olubuto, mu bulumi mw'onoozaaliranga abaana, n'okwegomba kwo kunaabanga eri omusajja wo, naye anaakufuganga.'"

Olw'ekibi Kaawa kye yakola, yafuna ekikolimo era mu kyo bwe bulumi mu kuzaala obwali bumwongeddwako. Kwe kugamba, nga tannakolimirwa, yali aliko abaana bazadde mu Lusuku Adeni, naye ng'obulumi mu kuzaala bwali butonotono. Adamu ne Kaawa baali emyoyo emiramu agitaali gya kukaddiwa.

Kale, baaberayo okumala ekiseera ekiwanvu, ekiseera ekiwanvu nga beeyongerako.

Abantu bangi balowooza nti Adamu olw'aba okutondebwa, n'alya ku muti ogw'okumanya obulungi n'obubi. Abamu babuuza n'ebibuuzo bwe biti: "Bwe biba ng'ebyafaayo by'omuntu ebiwandiikiddwa mu Baibuli bya myaka 6,000 gyokka, olwo kijja kitya nti tusanga ebisigalira eby'abantu eby'enkumi n'enkumi z'emyaka?"

Ebyafaayo by'omuntu ebiwandiikiddwa mu Baibuli byatandikira mu kiseera Adamu bwe yagobebwa najja ku nsi kuno ng'amaze okwonoona. tebyogera ku kiseera we yabeerera mu Lusuku Adeni. Adamu bwe yali akyabeera mu Lusuku Adeni, ebintu bingi ebyali bigenda mu maaso ku nsi gamba nga okuguma kw'ebintu ebimu, n'enkyukakyuka eza jogulafiya saako okukula n'okuggwawo kw'ebintu ebimu ebiramu. Ebimu byafuuka ebisigalira. Olw'ensonga eno kye tuva tusanga ebisigalira ebigambibwa okuba mu bukadde bw'emyaka.

2) Adamu Yayonoona

Katonda bwe yatwala Adamu mu Lusuku Adeni, Yamugaana ekintu kimu. Yagaana Adamu okulya ku muti ogw'okumanya obulungi n'obubi. Naye ekiseera ekinene nga kiyiseewo, Adamu ne Kaawa bamala ne balya ku muti. Bwe batyo baagobebwa mu Lusuku Adeni ne basindikibwa ku Nsi, era okuva kw'olwo okuteekateeka omuntu ne kutandika.

Olwo Adamu yajja atya okwonoona? Waaliwo ekitonde ekyali kyagala ennyo obuyinza bwa Adamu obunene ennyo bwe yafuna okuva eri Katonda. Yali Lusifa, mukulu w'emyoyo emibi gyonna. Lusifa yalowooza nti alina okujja obuyinza ku Adamu asobole okuwakanya Katonda era asobole okuwangula olutalo. Yakola enteekateeka enambulukufu era n'akozesa omusota, ogwali omukalabakalaba.

Nga bwe kyayogerwa mu Lubereberye 3:1, "N'omusota gwali mukalabakalaba okusinga ensolo zonna ez'omu nsiko, ze yakola MUKAMA Katonda," omusota gwakolebwa mu bbumba eryalimu ebirungo eby'ekikula eky'obukalabakalaba.

Omukisa gwali munene omusota okukkiriza obubi obw'obukalabakalaba okusinga ebisolo byonna olw'ekyo. Ebyo ebimu ku byagukola byasoomoozebwa emyoyo emibi era omusoto ne gufuuka eky'okukozesa mu kukema omuntu.

Emyoyo Emibi Bulijjo Gikema Abantu

Adamu mu kiseera ekyo yalina obuyinza bungi nnyo nti yafuganga Olusuku Adeni n'ensi, kale tekyali kyangu omusota okukema Adamu obutereevu. Eyo yensonga lwaki gwasalawo okusooka okukema Kaawa. Era omusota mu bukalabakalaba bwagwo ne gumubuuza nti, "Ddala, Bwatyo bwe yayogera Katonda nti, 'Temulyanga ku miti gyonna egy'omu lusuku'?" (olu. 1) Katonda ekiragiro teyakiwa Kaawa. Ekiragiro kyaweebwa Adamu. Naye, omusota gwali gubuuza nga gyoli Katonda ekiragiro yakiwa Kaawa butereevu. Kaawa yaddamu bwati, "Omukazi n'agamba omusota nti, 'Ebibala by'emiti egy'omu lusuku tulya, wabula ebibala by'omuti oguli wakati mu lusuku, Katonda yayogera nti Temugulyangako newakubadde okugukwatangako muleme okufa'"(Lubereberye 3:2-3).

Katonda yagamba, "...kubanga olunaku lw'oligulyako tolirema kufa" (Olubereberye 2:17). Naye Kaawa yagamba, "muleme okufa." Oyinza okulowooza nti enjawulo ntono nnyo, naye kino kikulaga nti Kaawa teyeekuuma bulungi Kigambo kya Katonda mu mutima gwe. Era kiraga nti yali takkiririza mu kigambo kya Katonda mu bujjuvu. Era omusota bwe gwalaba nga Kaawa akyusizza Ekigambo kya Katonda, ne gutandika okumukemera ddala n'obumalirivu.

Olubereberye 3:4-5 wagamba, "Omusota ne gugamba omukazi nti, 'Okufa temulifa! Kubanga Katonda amanyi nti olunaku lwe muligulyako mmwe, amaaso gammwe lwe galizibuka, nammwe muliba nga Katonda okumanyanga obulungi n'obubi.'"

Nga Setaani asindiikiriza omusoto okuteeka okwegomba mu birowoozo bya Kaawa, omuti ogw'okumanya obulungi n'obubi ne gulabika ng'ogwenjawulo ku gwa bulijjo nga bwe kyawandiikibwa, "....ng'omuti mulungi okulya, era nga gusanyusa amaaso, n'omuti nga gwa kwegombebwa okuleeta amagezi" (olu. 6).

Kaawa yali talina kigenderera kya kuwakanya Kigambo kya Katonda, naye okwegomba bwe kwamuyingiramu, bwatyo kwe kulya ku muti. n'awa n'omwami we Adamu, naye n'alyako.

Okwewolereza kwa Adamu ne Kaawa

Mu Lubereberye 3:11, Katonda n'abuuza Adamu, "Olidde ku muti gwe nnakulagira obutalyangako?"

Katonda yali amanyi embeera yonna nga bwe yali, naye Yali ayagala Adamu okukkiriza ensobi ye yeenenye. Naye Adamu yaddamu nti, "Omukazi, gwe wampa okubeeranga nange, ye ampadde ku muti, ne ndya.." (olu. 12) Adamu ategeeza nti singa Katonda yali tamuwadde mukazi, teyandikoze kintu ekyo. Mu kifo ky'okutegeera ensobi ye, yali anoonya bwe yeewala ebyo ebigivuddemu. Kituufu Kaawa ye yawa Adamu ekibala okulya. Naye, Adamu ye yali akulira omukazi kale yanditutte obuvunaanyizibwa obw'ekyo ekyaliwo.

Kati, Katonda abuuza omukazi mu Lubereberye 3:13, "Kiki kino ky'okoze?" Wadde Adamu yali wakutwala obuvunaanyizibwa bwe kyaliwo, Kaawa yali tajja kugibwako kibi kye yali akoze. Kyokka naye omusango yagussa ku musota ng'agamba, "Omusota gunsenzesenze, ne ndya." Era kiki ekyatuuka ku Adamu ne Kaawa abayonoona?

Omwoyo gwa Adamu Gw'afa

Olubereberye 2:17 wagamba, "...naye omuti ogw'okumanya obulungi n'obubi togulyangako, kubanga olunaku lw'oligulyako tolirema kufa."

Wano, 'okufa' Katonda kwe yayogerako si kufa kwetulabako, naye okufa okw'omwoyo. Omwoyo gw'omuntu bwe gufa tekitegeeza nti gubulirawo ddala. Kitegeeza okuwuliziganya ne Katonda kuvaawo era kuba tekukyaliwo. Omwoyo guba weguli, naye guba tegukyaweebwa bintu bya mwoyo okuva eri Katonda. Embeera eno teyawukana na kubeera mufu.

Olw'okuba emyoyo gya Adamu ne Kaawa gyali gifudde,

Katonda yali takyasobola kubakkiriza kusigala mu Lusuku Adeni, nga luno lusangibwa mu nsi ey'omwoyo. Olubereberye 3:22-23 wagamba, "MUKAMA Katonda n'ayogera nti,'Laba, omuntu afuuse ng'omu ku ffe, okumanyanga obulungi n'obubi, kaakano, aleme okugolola omukono gwe okunoga ku muti ogw'obulamu, okulya okuwangaalanga emirembe n'emirembe'—MUKAMA Katonda kyeyava amuggya mu lusuku Adeni, alimenga ettaka mwe yaggibwa."

Katonda yagamba nti, "omuntu afuuse ng'omu ku Ffe" naye tekitegeeza nti Adamu yafuuka nga Katonda. Kitegeeza Adamu yali amanyi mazima gokka, naye nga Katonda bw'amanyi amazima n'agatali mazima, Adamu naye kati yali atandise okumanya n'agatali mazima. Era ekyavaamu, Adamu eyalinga omwoyo omulamu, yali kati azzeeyo mu mubiri. Yalina okugumira okufa. Yalina okudda ku nsi kuno Katonda gye yamukolera. Omuntu ow'omubiri tayinza kubeera mu bbanga awebeera eby'omwoyo. Era, singa Adamu yali alidde ku muti ogw'obulamu yandibaddewo lubeerera. N'olwekyo Katonda yali takyasobola kumuganya kubeera mu Lusuku Adeni.

3) Okudda mu Bbanga Erirabibwa

Adamu ng'amaze okujeemera Katonda ng'alya ku muti ogw'okumanya obulungi n'obubi, buli kimu kyakyuka. Yagobebwa okudda ku Nsi, ng'eno ensi erabibwa n'amaaso, era ng'eky'okulya yalinga wa ku kijja mu ntuuyo z'ebibatu bye ne mu kutegana. Era buli kimu kyali kikolimiddwa, era ng'ebyo ebyatondebwa Katonda nga birabika bulungi nnyo byali tebikyaliwo mu kiseera ekyo.

Olubereberye 3:17 wasoma, "[Katonda] n'agamba Adamu nti, 'Kubanga owulidde eddoboozi lya mukazi wo, n'olya ku muti gwe nnakulagira nga njogera nti Togulyangako, ensi ekolimiddwa ku lulwo, mu kutegana mw'onoggyanga eby'okulya ennaku zonna ez'obulamu bwo'"

Okuva mu lunyiriri luno, tusobola okukiraba nti, olw'ekibi kya Adamu, si Adamu yekka ye yakolimirwa, naye naoo buli kintu kyonna ku nsi kuno, kwe kugamba eggulu erisooka lyonna lyakolimirwa. Ebintu byonna ku Nsi byali birungi nnyo mu mirembe naye engeri endala ey'amateeka ag'akwatikako yakolebwa. Olw'ekikolimo, ne watandika okubaawo obuwuka obuleeta endwadde, ensolo n'ebimera nabyo ne bitandika okukyuka.

Mu Lubereberye 3:18 Katonda yagenda mu maaso okugamba Adamu nti,"amaggwa n'amatovu g'eneekuzaaliranga." Ebimera tebisola kukula bulungi olw'amaggwa n'amatovu, kale Adamu yalina okukungulira mu ntuuyo ez'obulumi. Nga ensi bwe yakolimirwa, emiti egitalina mugaso n'ebimera byatandika okubaawo. Ebiwuka eby'obulabe n'abyo n'ebijja okubaawo. Bwatyo yalina okuggyawo ebintu ebyo eby'obulabe okusobola okuteekateeka ennimiro n'eba nnungi.

Obwetaavu Bw'okuteekateeka Emitima

Nga Adamu bwe yalinanga okuteekateekanga ennimiro, embeera y'emu yali yeetaagisa ne mu bantu abaalina kati okuba nga bayita mu kuteekebwateekebwa ku nsi kuno. Ng'omuntu tannnayonoona, yalinanga omutima omutukuvu era nga teguliimu kya kunenyezebwa kyonna era nga gulina magezi ga mwoyo gokka. Olubereberye 3:23 wagamba, "...MUKAMA KATONDA kyeyava amuggya mu lusuku Adeni, alimenga ettaka mwe yaggibwa." Olunyiriri luno lw'ogera ku Adamu, eyakolebwa mu nfuufu y'ensi, era nga mu nfuufu mwe yaggibwa. Kitegeeza nti kati yalina okuteekateeka omutima gwe.

Nga tannayonoona, yali talina kuteekateeka mutima gwe kubanga yali talinaamu bubi bwonna.

Naye oluvannyuma lw'obugyeemu bwe, Omulabe setaani yatandika okufuga omuntu. Yayongeranga buli kadde okusimba ebintu eby'omubiri mu mutima gw'omuntu. Yasimbanga obukyayi, obusungu, amalala, obwenzi, n'ebirala. Ebintu bino byonna byatandika okukula n'amaggwa saako amatovu mu mutima. Omuntu bwatyo neyeeyongeranga okuddugazibwa omubiri.

'Okulimanga ettaka mwe twaggibwa' kitegeeza nti tulina okukkiriza Yesu Kristo; tulina okukozesa Ekigambo kya Katonda okweggyako omubiri ogwasimbibwa mu mitima gyaffe; era tulina okukomyawo ekikula eky'omwoyo. Kwe kugamba, kitegeeza nti tulina 'omwoyo ogwafa' era tegusobola era tegulisobola kweyagalira mu bulamu obutaggwayo n'omwoyo omufu. Ensonga lwaki abantu bateekebwateekebwa ku nsi kuno kwe kutereeza emitima gyaffe egijjudde omubiri okusobola okukomyawo omutima ogw'omwoyo era omulongoofu. Omutima ogw'ekika kino gwe mutima Adamu gwe yalina nga tannagwa.

Adamu okugobebwa mu Lusuku Adeni alyoke abeere ku

nsi kuno yali nkyukakyuka yamaanyi. Buba bulumi bw'amaanyi n'okusoberwa okusinga ne ku bulumi omulangira ow'egwanga eddene bwayinza okuyitamu bwafuuka mu mangu awo omwavu lunkupe. Ne Kaawa kati naye yali alina okubonaabonera mu bulumi obw'amaanyi mu kuzaala.

Bwe baali bakyabeera mu Lusuku Adeni, tewaali kufa. Naye kati nga babeera ku nsi eno erabibwa n'amaaso ejja okuggwawo n'okuvunda baali balina okufa. Olubereberye 3:19 wagamba, "Mu ntuuyo ez'omu maaso go mw'onooliiranga emmere, okutuusa lw'olidda mu ttaka, kubanga oli nfuufu ggwe, ne mu nfuufu mw'olidda." Nga bwe kyawandiikibwa, Kati baalina okufa.

Kyokka omwoyo gwa Adamu gw'ava eri Katonda, era tegusobola kuggwerawo ddala. Olubereberye 2:7 wagamba, "MUKAMA Katonda n'abumba omuntu n'enfuufu y'ensi n'amufuuwamu mu nnyindo omukka ogw'obulamu, omuntu n'afuuka omukka omulamu." Omukka ogw'obulamu gulina embala ey'olubeerera eya Katonda.

Naye omwoyo gwa Adamu engeri gye gwali tegukyakola, emmeeme yatandika okukola nga mukama w'omuntu era n'ewamba n'omubiri. Okuva olwo, Adamu yali alina okukaddiwa era oluvannyuma afe okusinziira ku ngeri ebintu gye birina okuba mu nsi etali ya mwoyo. Yalina okudda mu ttaka.

Mu kiseera ekyo, wadde ensi yali yakolimirwa, ebibi n'obubi tebyali bingi nga bwe guli kati, era Adamu yasobola okuwangaala okutuuka ku myaka 930 (Olubereberye 5:5).

Naye ekiseera bwe kyagenda kiyitawo, abantu ne beeyongera okukola obubi. Era ekyavaamu, ebbanga lye bamala ku nsi n'erikendeera. Bwe bajja ku nsi kuno oluvannyuma lw'okugobebwa mu Lusuku Adeni, Adamu ne Kaawa baalina okumanyiira embeera yaabwe empya gye baali bayingiddemu. N'okusinga byonna, baali balina okubeera ng'abantu ab'omubiri, so si ng'emyoyo emiramu. Baakoowanga oluvannyuma lw'okukola, kale baalina okuwummulanga. Baatandika okulwala ne bafuuka bayi. Ebyenda byabwe ne bikyuka engeri ne mmere bwe yali ekyuse. Baalina okufuluma oluvannyuma lw'okulya. Buli kimu ne kikyuka. Okujeema kwa Adamu tekyali kintu kitono nakatono. Kitegeeza ekibi kyajja mu bantu bonna. Adamu ne Kaawa ne bazukulu baabwe bonna ku nsi kuno baatandika obulamu bwabwe n'emyoyo gyabwe emifu.

Essuula 3
Abantu mu bbanga erirabibwa

Omubiri kye kikula ekigattiddwa n'ekibi,
N'olwekyo abantu okwonoona kitundu ku bo mu bbanga erirabibwa.
Kyokka, munda ddala mu bantu musangibwamu
ensigo ey'obulamu eyabaweebwa Katonda,
n'ensigo eno ey'obulamu okuteekebwateekebwa kw'abantu kusobola okukolebwa.

1. Ensigo ey'Obulamu

2. Omuntu bw'Ajja Okubeerawo

3. Amagezi Ag'okumanya Obulungi n'Obubi

4. Emirimu gy'Omubiri

5. Okuteekateeka

Adamu ne Kaawa baazaala abaana bangi nga bali ku nsi kuno. Wadde emyoyo gyabwe gyali mifu, Katonda teyabaviiramu ddala. Yabasomesa ebintu ebikulu ebyali byetaagisa mu bulamu bwabwe obw'oku nsi. Adamu yasomesa abaana be amazima gano, Kale Kayini ne Abiri baali bamanyi bulungi engeri gye baalinanga okuwaayo ssaddaaka zaabwe eri Katonda.

Ekiseera nga kiyiseewo Kayini yaleeta ebibala by'ettaka okubiwaayo eri Katonda, Abiri ye yawaayo ku baana be ndiga ze Katonda bye yakkiriza n'okusiima. Katonda bwe yakkiriza ssaddaaka ya Abiri yokka , Mu kifo kya Kayina okugezaako okutegeera kwe kivudde n'okwenenya, yafuna obuggya n'okusunguwalira Abiri era n'amutta.

Ekiseera gye kyagenda kyeyongera, n'ekibi gye kyakoma okweyongera , mu biseera bya Nuuwa, ensi yali ejjudde obubi ekyaviirako Katonda okubonereza ensi yonna n'amazzi. Kyokka Katonda yaganya Nuuwa n'abaana be abasatu okuzzaawo omulembe omupya. Kati, kiki ekituuse ku bantu abajja okubeera ku nsi kuno?

1. Ensigo ey'Obulamu

Adamu ng'amaze okwonoona, okuwuliziganya kwe ne Katonda kwasalibwako. Amaanyi ge eg'omwoyo g'amuvaamu era amaanyi ag'omubi ne gamuyingiramu era ne gasaanikira ensigo ensigo ey'obulamu mu ye.

Katonda Adamu ow'omuttaka yamutonda mu nfuufu ey'ensi. Mu lulimi olu bbabulaniya 'Adama' kitegeeza ettaka oba ensi. Katonda yakola enkula y'omuntu mu bbumba era n'amufuuwa mu nnyindo ze omukka ogw'obulamu. Ekitabo kya Isaaya nakyo kyogera nti omuntu 'yakolebwa mu bbumba'.

Mu Isaaya 64:8 kyawandiikibwa, "Naye Kaakano, Ai, MUKAMA, ggwe kitaffe, ffe tuli bbumba, naawe mubumbi waffe, naffe fenna tuli mulimu gwa mukono Gwo."

Waali tewanayita bbanga ddene ng'antandise ekanisa eno, Katonda yandaga okubikkulirwa nga Ye yennyini abumba Adamu ne bbumba. Katonda yali akozesa ettaka nga ligattiddwamu amazzi, nga lino liba bbumba. Wano, amazzi gategeeza Ekigambo kya Katonda (Yokaana 4:14). Ettaka n'amazzi nga bigattiddwa era ne bifuuyibwamu omukka ogw'obulamu, omusaayi, nga bwe bulamu ne gutandika okutambula olwo n'afuuka ekitonde ekiramu (Eby'abaleevi 17:14).

Omukka ogw'obulamu gulimu amaanyi ga Katonda. Olw'okuba guva eri Katonda, tegusobola kusaanawo. Baibuli temala gagamba nti olwo Adamu n'afuuka omuntu. Egamba yafuuka ekitonde ekiramu. Kwe kugamba nti yali omwoyo omulamu. Yandibadde abeerawo olubeerera n'omukka ogw'obulamu wadde nga yali akoleddwa mu nfuufu okuva mu ttaka ly'ensi. Okuva mu kino tusobola okutegeera amakulu g'olunyiriri mu Yokaana 10:34-35 awagamba nti, "Yesu n'abaddamu nti, 'Tekyawandiikibwa mu mateeka gammwe nti, "NZE NNAGAMBA NTI MULI BAKATONDA"? Oba nga yabayita abo bakatonda, abajjirwa ekigambo kya Katonda (so n'ebyawandiika tebiyinza kudiba) ...'"

Nga bweyatondebwa ku ntandikwa, omuntu yandibaddewo omubiri gwe ne gutafa. Wadde omwoyo gwa Adamu gw'afa olw'obujeemu, munda mu gwo mwe musangibwa ensigo ey'obulamu eyaweebwa Katonda. Yalubeerera era olw'okuba yo, omuntu yenna asobola okuzaalibwa omulundi ogw'okubiri ng'omwana wa Katonda.

Ensigo ey'Obulamu Eweebwa buli Muntu

Katonda bwe yatonda Adamu, Yamusimbamu ensigo ey'obulamu etazikizibwa. Ensigo ey'obulamu ye nsigo kasangwaawo Katonda gye yasimba mu mwoyo gwa Adamu, nge kye kitundu ekisinga obukulu eky'omwoyo gwe. Yensibuko y'omwoyo, ensibuko yamaanyi okusobola okulowooza ku Katonda n'okutuukiriza obuvunaanyizibwa bwe.

Mu mwezi ogw'omukaaga ng'omwana ali mu lubuto, wano Katonda waweera omwoyo gwe ensigo ey'obulamu. Ensigo eno ey'obulamu gwe mutima n'amaanyi ga Katonda esobozesa abantu okuwuliziganya ne Katonda. Abantu abasinga abatakkiriziganya na kubeerawo kwa Katonda munda mu bo babeera bakyalinamu okutya oba baba basobola okulowooza ku bulamu oluvannyuma lw'okufa oba nga tebasobola kwegaanira ddala Katonda munda mu mitima gyabwe, kubanga balina ensigo ey'obulamu munda mu mitima gyabwe.

Entaana az'edda ezinyirira ze baazimbanga naddala mu Misiri, n'ebyafaayo ebirala biraga endowooza za bantu ku bulamu obutaggwawo n'esuubi lyabwe ery'ekifo eky'okuwummuliramu eky'olubeerera. N'abantu abasingayo amaanyi bakyatya okufa kubanga ensigo ey'obulamu mu bo etegeera obulamu obugenda okujja.

Buli muntu alina ensigo ey'obulamu eyaweebwa okuva eri Katonda, era asinza Katonda mu kikula kye (Omubuulizi 3:11). Ensigo ey'obulamu ekola ng'omutima gw'omuntu, era bwetyo ekwatagana butereevu n'obulamu obw'omwoyo. Omusaayi gutambuza omukka ogussibwa mu mubiri gwonna n'ebirungo olw'okuba omutima gusobola okukola. Mu ngeri y'emu, ensigo ey'obulamu bwetukkizibwa mu muntu, omwoyo gwe nagwo gujja kuddizibwamu amaanyi olwo asobole okuwuliziganya ne Katonda. Kyokka, omwoyo gwe bwe guba mufu, ensigo ey'obulamu eba teriiko kyekola era omuntu abeera tasobola kuwuliziganya butereevu na Katonda.

Ensigo ey'Obulamu kye Kitundu ku Mwoyo Ekikulu ennyo

Adamu yajjuzibwa okutegeera okw'amazima okwamusomesebwa Katonda. Ensigo ey'obulamu mu ye yali ekolera ddala n'amaanyi. Yali ajjuziddwa amaanyi ag'omwoyo. Yafuuka mugezi nnyo nti yasobola okutuuma amannya ebintu ebiramu byonna era n'abeerawo nga mukama w'ebitonde byonna, ng'abifuga. Naye bwe yamala okwonoona, okuwuliziganya kwe ne Katonda kwasalibwako. N'amaanyi ge ag'omwoyo ne gatandika okuyiika okumuvaamu. Amaanyi ge ag'omwoyo gaasikizibwa amaanyi ag'omubiri mu mutima gwe era amaanyi ag'omubiri kwe kubika ensigo ey'obulamu. Okuva olwo, ensigo ey'obulamu n'etandika mpola okuzikira era n'efuukira ddala etaliiko kyesobola kukola.

Ng'obulamu bw'omuntu bwe bukoma kasita omutima gwe gulekerawo okukuba, Omwoyo gwa Adamu n'agwo gw'afa kasita ensigo ey'obulamu yalekerawo okubaako ky'ekola. Omwoyo gwe okufa kitegeeza nti ensigo ye ey'obulamu yalekererawo ddala okukola, kale ensigo yalinga efudde. N'olwekyo, buli muntu yenna mu bbanga lino erirabika azaalibwa n'ensigo ey'obulamu etaliiko na kimu kyekola.

Abantu tebasobodde kwewala kufa okuva Adamu lwe yagwa. Bbo okusobola okuddamu okufuna obulamu obutaggwawo, baalina okumalawo ekizibu kye kibi nga bayambibwako Katonda nga Ye Musana. Kwe kugamba, balina okukkiriza Yesu Kristo era bafune okusonyiyibwa kw'ebibi. Okusobola okuzza omwoyo gwaffe obuggya, Yesu yafa ku musaalaba nga yeettikka ebibi bya bantu bonna. yafuuka ekkubo, amazima, n'obulamu, nga mu Ye buli muntu asobola okufuna obulamu obutaggwaawo. Bwe tukkiriza Yesu ono ng'Omulokozi waffe, tusobola okusonyiyibwa ebibi byaffe era ne tufuuka abaana ba Katonda nga tufuna Omwoyo Omutukuvu.

Omwoyo Omutukuvu atukkiza ensigo ey'obulamu mu ffe. Kuno kwe kuzuukiza omwoyo ogubadde omufu mu ffe. Era okuva mu kiseera kino, ensigo ey'obulamu eyali yazikira eddamu okwaka nate. Tesobola kwaka mu bujjuvu bwayo nga bwe yali mu Adamu, naye ekitangaala kyayo kigenda kyeyongera n'ekigera ky'okukkiriza kw'omuntu era omwoyo gwe gukula ne gukulira ddala.

Ensigo ey'obulamu gyekoma okujjuzibwa Omwoyo Omutukuvu, n'ekitangaala kyayo gyekikoma okukuba ewala, ekitangaala gye kikoma okuba eky'amaanyi okuva mu mubiri ogw'omwoyo. Okutuuka ku ssa ery'okuba nti omuntu ajjuzibwa okumanya okw'amazima, asobola okukomyawo ekifaananyi kya Katonda ekyabula era n'afuuka omwana wa Katonda omutuufu.

Ensigo y'Obulamu Erabibwa

Ng'ogyeko ensigo y'obulamu ey'omwoyo ng'eringa y'ensibuko y'omwoyo, waliyo n'ensigo y'obulamu ey'omubiri. Eno etegeeza eggi ly'omukazi n'enkwaso y'omusajja. Katonda yakola enteekateeka y'okuteekateeka omuntu okusobola okufuna abaana abatuufu abo basobola okugabana nabo okwagala okwannama ddala. Era okusobola okutuukiriza enteekateeka Ye eno, Yawa abantu ensigo ey'obulamu basobole okweyongerako bajjuze ensi. Ebbanga ery'omwoyo Katonda gyabeera teririiko kkomo, kale omuntu aba awuubaala nnyo ng'era yeesudde bw'aba talinaawo muntu. Eyo yensonga lwaki Katonda yatonda Adamu ng'omwoyo omulamu n'amuganya okweyongerako mulembe ku mulembe Katonda asobole okufuna abaana bangi.

Omwana Katonda gwayagala ye muntu omwoyo gwe oguzuukiziddwa, asobola okuwuliziganya ne Katonda, era ajja okusobola okugabana Naye okwagala okw'olubeerera mu bwakabaka obw'omu ggulu. Okufuna abaana abatuufu bwe batyo, Katonda buli omu amuwa ensigo eno ey'obulamu era abadde ajja atuukiriza okuteekateeka abantu okuva mu biseera bya Adamu. Daudi yategeera okwagala kuno n'enteekateeka ya Katonda era n'agamba, "Naakwebazanga, kubanga okukolebwa kwange kwa ntiisa, kwa kitalo. Emirimu gyo gya kitalo, n'ekyo emmeeme yange ekimanyidde ddala" (Zabuli 139:14).

2. Omuntu Bw'ajja Okubeerawo

Omuntu omu tasobola kugibwa mu mulala nga tewali kwegatta. Wadde bagezezaako okukolerera endabika y'omuntu ey'okungulu, oyo tasobola kubeera muntu kubanga kiba tekirina mwoyo. Omuntu atavudde mu kwegatta ng'akoleddwa bukozi tayawukana na nsolo.

Obulamu obupya bufunibwa enkwaso y'omusajja bwe yeegatta n'eggi ly'omukazi. omwana ali munda okusobola okukula obulungi asigala munda ya nnyina okumala emyezi mwenda. Tusobola okuwunyiriza amaanyi ga Katonda ag'ekyama bwe tulowooza ku ngeri eggi bwerifuuka omuntu okutuuka bwazaalibwa.

Mu mwezi ogusooka, obusimu butandika okukula. Omulimu ogusinga obukulu gukolebwa omusaayi, amagumba, ennyama, emisuwa, n'ebitundu eby'omunda bisobolo okutondebwa. Mu mwezi ogw'okubiri, omutima gutandika okukuba omwana n'atandika okuba ng'afuna ekikula ky'omuntu. Mu kiseera kino omutwe amagulu n'emikono bisobola okulabika. Mu mwezi ogw'okusatu mu maaso mutondebwa. Aba asobola okutambuza omutwe, omubiri, amagulu n'emikono, nakasolo ne katondebwa.

Okuva ku mwezi ogw'okuna enkundi omuyita emmere eba ewedde okutondebwa, awo eby'okulya ebirina okuyitamu byeyongera, era obunene n'obuwanvu bw'omwana biba byeyongerako mangu. Ebitundu byonna ebyetaagisa okubeezaawo omubiri n'obulamu biba bikola bulungi. Ebinywa bitandika okukula okuva ku myezi etaano n'obusobozi obw'okuwulira butandika era abeera asobola okuwulira amaloboozi.

Mu mwezi ogw'omukaaga ebyenda bitandika okutonda era awo okukula ne kweyongerera ddala. Mu mwezi ogw'omusanvu enviiri zitandika okutondebwa ku mutwe, era olw'okuba amawuggwa g'aba gatondeddwa atandika okussa.

Akasolo n'obusobozi bw'okuwulira bimalirizibwa mu mwezi ogw'omunaana. Omwana ali mu lubuto ayinza n'okubaako byakola olw'amaloboozi gawulidde ebweru. Mu mwezi ogw'omwenda, enviiri zeeyongerako, obwoyayoya ku mubiri buvaako, amagulu n'emikono biba byetondedde ddala. Omwana watuukira okuzaalibwa ku myezi mwenda nga giweddeyo, babbebi abasinga babeera ku sentimita nga 50 mu buwanvu ng'obuzito baweza kiro 3.2.

Omwana ali mu Lubuto Bulamu nga Katonda yabulinako Obuyinza

Olwa Sayansi agenze yeeyongera okukulaakulana olwaleero, abantu baagala nnyo okukola ebitonde ebiramu. Naye, nga bwe nayogeddeko edda, sayansi ne bwakulaakulana atya, abantu tebasobola kukolebwa. Ne bwe baba bakolereddwa ng'olaba endabika ya muntu, tebajja kubeera na mwoyo. Awatali mwoyo tewaba njawulo na nsolo.

Omuntu ng'akula, ekitali ku nsolo endala zonna, wabaawo ekiseera omuntu lwaweebwa Omwoyo. Mu mwezi ogw'omukaaga omwana ngali mu lubuto lwa nnyina, omwana oyo aba n'ebintu eby'enjawulo ebitondeddwa, gamba nga mu maaso, emikono n'amagulu. Aba afuuse ekibya ekisobola okwettika omwoyo. Mu kiseera kino Katonda amugabira ensigo ey'obulamu wamu n'omwoyo gwe. Baibuli erina ekyawandiikibwa kwe tusobola okukakasizza kino. Kyogera ku ngeri omwana eyali yakamala emyezi mukaaga mu lubuto kye yali akola.

Lukka 1:41-44 wasoma, "Awo olwatuuka Erisabesi bwe yawulira okulamusa kwe Malyamu, omwana n'abuukabuuka mu lubuto lwe, Erisabesi n'ajjuzibwa Omwoyo Omutukuvu. N'ayogerera waggulu n'eddoboozi ddene n'agamba nti,'Oweereddwa omukisa ggwe mu bakazi, n'ekibala eky'omu lubuto lwo kiweereddwa omukisa. Nange nno, ekigambo kino kivudde wa, nnyina Mukama wange okujja gye ndi? Kubanga laba, eddoboozi ly'okulamusa kwo bwe liyingidde mu matu gange, omwana n'abuukabuuka mu lubuto lwange, olw'essanyu.'"

Kino kyabaawo Yesu bwe yali yakagwa mu lubuto lwa Malyamu Omubeererevu era yali agenze kukyalira Erisabesi eyali yafuna olubuto lwa Yokaana Omubatiza olwali mu myezi mukaaga. Mu lubuto lwa nnyina, Yokaana Omubatiza yabuukabuuka olw'essanyu Mayalamu Omubeererevu bwe yali amukyalidde. Yamanya Yesu eyali mu lubuto lwa Malyamu era n'ajjuzibwa Omwoyo. Omwana ali mu lubuto takoma ku kubeera bulamu kyokka, wabula kitonde eky'omwoyo ekisobola okujjuzibwa omwoyo kasita aweza emyezi mukaaga mu lubuto. Omuntu alina obulamu nga Katonda ye nnyini bwo okuva nga yakagwa mu lubuto lwa nnyina. Katonda yekka yalina obuyinza obwenkomeredde ku bulamu. N'olwekyo, tetulina kuggyamu mbuto mukulowooza nti kye kirina okukolebwa oba kye kisaanidde, wadde nga omwana oyo ali mu lubuto tannafuna mwoyo.

Emyezi omwenda omwana gy'amala mu lubuto ng'akulu mikulu nnyo. Aweebwa buli kintu kyonna kyeyeetaaga okusobola okukula okuva ku nnyina, kale maama ateekwa okulya emmere erimu ebirungo byonna. Okulowooza n'engeri maama bwawuliramu bikosa embala, enkula, n'amagezi g'omwana ali lubuto. Kye kimu ne mu mwoyo. Abaana ba bamaama abaweereza obwakabaka bwa Katonda n'okusaba mu bunyiikivu babeera bakakkamu, era bakula n'amagezi era nga balamu bulungi.

Obuyinza obwenkomeredde ku bulamu bwa Katonda, naye Teyeenyigira mu mwana ng'afunibwa, okuzaala, n'okukula kw'omuntu. Embala omwana zaba n'azo ng'afuniddwa zisalibwawo amaanyi ag'obulamu agasangibwa mu nkwaso n'amaggi g'abazadde. Embala z'omuntu endala zifunibwa okusinziira ku mbeera gyakuliddemu n'ebirala ebitwaliriza omuntu.

Okwenyigiramu kwa Katonda Okwenjawulo

Kyokka waliwo Katonda lweyeenyigiramu mu kufunibwa kw'omuntu n'okuzaalibwa. Okusooka, singa abazadde basanyusa Katonda n'okukkiriza kwabwe era ne banyikira okusabanga. Kaana, omukyala eyaliwo mu biseera bya Babalamuzi, yabeeranga mu bulumi ne nnaku kubanga yali tasobola kufuna lubuto, era najja mu maaso ga Katonda n'asaba nnyo. Yakola endagaano, nti Katonda bwanaamuwa omwana omulenzi, omwana oyo ajja kumuwaayo eri Katonda.

Katonda n'awulira okusaba kwe era n'amuwa omukisa gw'okufuna olubuto. Nga bwe yeeyama, yaleeta mutabani we eri Samwiri kabona nga yakagibwa ku mabeeren'amuwaayo aweereze Katonda. Samwiri yayogeraganyanga ne Katonda okuviira ddala nga muto era mu dda n'afuuka nnabbi wa Israeri ow'amaanyi. Engeri Kaana gye yatuukiriza obweyamo bwe, Katonda yamuwa omukisa n'afuna abaana abalenzi abalala basatu n'abaana abalala abawala babiri (1 Samwiri 2:21).

Eky'okubiri, Katonda yeenyigira mu bulamu bw'abo abantu bayawulako nga beebajja okutuukiriza enteekateeka Ye. Okutegeera kino, tulina okutegeera enjawulo eriwo wakati 'w'okulondebwa', 'n'okwawulibwa ku balala'. Kuba kusalawo kwa Katonda, Katonda bwateeka awantu ensalo era awatali kusosola kwonna n'alonda buli omu ayingira munda w'ensalo. Eky'okulabirako, Katonda yateekawo ensalo z'obulokozi weziyitira era alokola buli omu ayingira munda w'ensalo ezo. N'olwekyo, abo abakkiriza obulokozi nga bakkiriza Yesu nti ye Mulokozi waabwe era ne batambulira mu Kigambo kya Katonda bagambibwa okuba 'abalonde'.

Abantu abamu bakitegeera bubi bwe bagamba nti Katonda yalonda dda abo abalirokolebwa n'abo abatalirokolebwa. Bamanyi n'okugamba nti kasita okkiriza Mukama, Katonda ajja kubaako bwa kikola olokolebwe, ne bw'obeera totambulira mu Kigambo kya Katonda. Naye endowooza eno si ntuufu.

Buli omuntu yenna, bwajja kyeyagalire mu kukkiriza munda mu nsalo y'obulokozi ajja kufuna okulokolebwa. Kwe kugamba, bonna 'balonde' ba Katonda. Naye abo abatajja mu nsalo munda ey'obulokozi, oba abo abaali bazze mu nsalo naye ne bavaamu olw'okutwalibwa ensi n'okukola obubi ng abamanyidde ddala, tebasobola kulokolebwa okujjako nga bakyusizza embeera zaabwe.

Olwo, 'okwawulibwa'? kwe kuliwa? Kwe kubeera nga Katonda, oyo amanyi buli kimu era ng'ateekateeka buli kimu okuva nga n'ebiro tebinnabaawo, abaako omuntu gwalonda era n'afuga engeri obulamu bwe gye butambulamu. Eky'okulabirako, Ibulayimu; Yakobo, taata w'aba Isiraeri bonna; ne Musa, eyakulembera aba Isiraeri nga batambula mu ddungu, bonna abo Katonda yabassa ebbali ng'abateekateeka basobole okutuukiriza emirimu gya Katonda egy'enjawulo okusobola okutuukiriza ekigendererwa Kye.

Katonda amanyi buli kimu. Olw'ekigendererwa ky'okuteekateeka omuntu amanyi ebika by'abantu abalina okuzaalibwa ku buli mulembe mu byafaayo by'omuntu. Okusobola okutuukiriza ekigendererwa Kye, Abaako abantu balonda era n'abaganya okukola emirimu egy'amaanyi. Abo abawulibwa mu ngeri eno, Katonda yeenyigira mu buli mutendera ogw'obulamu bwabwe okutandikira mu kuzaalibwa

Abaruumi 1:1 wagamba, "Paulo, omuddu wa Yesu Kristo, eyayitibwa okuba omutume, eyayawulirwa enjiri ya Katonda." Nga bwe kyayogerebwa, omutume Paulo yayawulibwa ng'omutume w'ab'Amawanga okubunyisaayo enjiri. Kubanga yalina omutima omumalirivu ogutakyukakyuka, yayawulibwa asobole okuyita mu kubonaabona okutagambika. Era yaweebwa n'obuvunaanyizibwa obw'okuwandiika ebitabo ebisinga eby'omu Ndagaano Empya. Okusobola okutuukiriza obuvunaanyizibwa ng'obwo, Katonda yamuganya okuyiga Ekigambo kya Katonda obulungi ennyo okuva ng'akyali muto wansi w'abayivu abasingayo mu biseera ebyo, ne Gamaliri.

Yokaana Omubatiza yayawulibwa Katonda. Katonda Yeenyigira mu kufunibwa kwe, era Katonda n'amuganya okweyisa mu ngeri etali yabulijjo okuva nga muto. Yabeeranga mu ddungu yekka, nga takwatagana na nsi. Yalina ekanzu erina langi z'enviiri z'engamiya n'omusipi ogwe ddiba mu kiwato kye; era emmere ye zali nzige n'omubisi ogw'okunsiko. Mu ngeri eno yasobola okuteekerateekera Yesu ekkubo.

Bwe kityo bwe kyali ne ku Musa. Katonda yeenyigira mu kuzaalibwa kwe. Yasuulibwa mu mugga naye yalondebwa omumbejja, era bwatyo n'afuuka omulangira. Kyokka nga yakuzibwa maama we yennyini asobole okuyiga ebikwata ku Katonda n'abantu be. Ng'omulangira we Misiri yasobola n'okufuna amagezi gonna ag'ensi. Nga bwe kyannyonnyoddwa, okwawulibwa kwe kuba nga Katonda akozesa obuyinza Bwe okufuga obulamu bw'omuntu, ng'amanyi ekika ky'omuntu ekinaazaalibwa mu kiseera bwe kiti mu byafaayo by'omuntu.

3. Okwawula Obulungi ku Bubi

Omuntu okunoonya n'okusisinkana Katonda Omutonzi, okukomyawo ekifaananyi kya Katonda, era n'okufuuka ekitonde eky'omuwendo kyesigama nnyo ku busobozi bwe obw'okwawula obulungi ku bubi.

Enkwaso n'eggi eby'abazadde b'omuntu birimu amaanyi ag'obulamu, era nga gano gasikirwa abaana. Kye kimu n'obusobozi obw'okwawula obulungi ku bubi. Obusobozi buno kye kipimo omuntu kyakozesa okumanya nti kino kibi oba kirungi. Abazadde bwe babeera baatambulira mu bulamu nga balina ekisaawe ky'omutima ekirungi, abaana ebiseera ebisinga n'abo baba bajja kuzaalibwa n'obusobozi obw'okwawula obulungi ku bubi. N'olwekyo, ensonga enkulu esalawo ku busobozi bw'omuntu okwawula obulungi ku bubi ge maanyi ag'obulamu omuntu gasikira okuva ku bazadde be.

Naye wadde bazaaliddwa n'amaanyi g'obulamu amalungi agabazadde, bwe bakuzibwa mu mbeera atali nnungi, nga balaba saako okuwulira ebintu ebibi bingi era ne basimbibwamu ebintu ebibi, awo, ebiseera ebisinga obusobozi bwabwe obw'okumanya obulungi n'obubi bujja kwonoonebwa. So ng'abo abakuziddwa mu mbeera ennungi, nga balaba n'okuwulira ebintu ebirungi, ebiseera ebisinga babeera n'obusobozi bungiko okwawula obulungi n'obubi.

Okutonda Obusobozi bw'okwawula Obulungi ku Bubi

Obusobozi obw'enjawulo obw'okwawula obulungi ku bubi butondebwa okusinziira ku bazadde abazaala omuntu, Awantu wakulidde, ebyo byalaba, byawulira, ne byayiga, n'okufuba kwakola okukola obulungi. N'olwekyo abo abazaaliddwa abazadde abalungi era ne bakuzibwa bulungi, era abo abeefuga bulijjo banoonya obulungi okusinziira ku busobozi bwabwe obw'okwawula ekirungi ku kibi. Bbo kibanguyira okukkiriza enjiri era ne bakyuka olw'amazima.

Okutwaliza awamu, abantu bayinza okulowooza nti obusobozi bw'okwawula obulungi ku bubi kye kitundu ky'omutima ekirungi, naye mu maaso ga Katonda si bwe kiri. Abantu abamu basobolera ddala okwawula obulungi ku bubi era bwe batyo ebiseera ebisinga babeera bagoberera bulungi kyokka abalala obusobozi buno bwekubira nnyo eri obubi era bwe batyo ne bagoberera ebyo bye bagala mu kifo ky'okugoberera amazima.

Abamu balumirizibwa nnyo singa babeera batutte ekintu ky'omuntu wadde kitono kitya, kyokka abalala balaba buno nga buno tebubeera bubbi kale tebakiraba nti kibi. Abantu balina ebipimo ebyenjawulo ebipima obulungi n'obubi okusinziira ku ngeri omuntu gyeyakuzibwa na kiki kye baamusomesa.

Abantu baawula wakati w'obubi n'obulungi okusinziira ku busobozi obw'okwawula obulungi ku bubi. Ng'obusobozi bwa buli muntu buli ku mutendera gwa njawulo. Waliwo enjawulo nnene okusinziira ku buwangwa n'ebifo, era tewasobola kubeera kipimo kyenkanankana mu kwawula obulungi ku bubi. Ekipimo ekyenkanankana kisobola kusangibwa mu Kigambo kya Katonda kyokka, nga kyo ge mazima.

Enjawulo wakati w'Omutima n'Obusobozi bw'okwawula obubi ku bulungi

Abaruumi 7:21-24 wagamba, "Bwe kityo ndaba etteeka nti nze bwe njagala okukola ekirungi, ekibi kimbeera kumpi. Kubanga nsanyukira amateeka ga Katonda mu muntu ow'omunda, naye ndaba etteeka eddala mu bitundu byange nga lirwana n'etteeka ly'amagezi gange, era nga lindeeta mu bufuge wansi w'etteeka ly'ekibi eriri mu bitundu byange, Nze nga ndi muntu munaku! Ani alindokola mu mubiri ogw'okufa kuno?"

Okuva mu lunyiriri luno tusobola okutegeera engeri

omutima gw'omuntu gye gwakolebwamu. 'omuntu ow'omunda' mu lunyiriri luno gwe mutima ogw'amazima, ogusobola okuyitibwa 'omutima omweru' era nga gugezaako okugoberera okulung'amizibwa kw'Omwoyo Omutukuvu. Mu muntu ono ow'omunda mwe musangibwa ensigo ey'obulamu. Era, waliyo ne 'tteeka ery'ekibi', nga guno gwe 'mutima omuddugavu' ogulimu agatali mazima. Waliyo ne 'tteeka ery'amagezi g'omuntu'. Buno bwe busobozi bw'okwawula ekibi ku kirungi. Obusobozi bw'okwawula ekibi ku kirungi kye kipimo ekikkirizibwako mu kusalawo, omuntu kye yeetondedde ku bubwe. Kigattiddwamu 'omutima omweru' ne 'omutima omuddugavu'. Okusobola okutegeera obusobozi buno, tuba tulina okusooka okutegeera omutima.

Mu nkuluze ekigambo 'omutima' kirina engeri nnyingi gye kisobola okunyonnyolwa. Okugeza "empisa oba engeri omuntu gyakwatibwako so nga si ge magezi amazaale," oba "embala 'y'omuntu ey'omunda, engeri omuntu gyawulira olw'ebyo ebiriwo, oba ekyo kye yamanyiira." Naye amakulu ag'omwoyo ag'omutima ga njawulo.

Katonda bwe yatonda omuntu Adamu, Ku mwoyo yamuweerako ensigo ey'obulamu. Adamu kyalinga ekibya ekikalu, Katonda n'amuwa amagezi ag'omwoyo, gamba nga okwagala, obulungi, n'amazima. Kubanga Adamu yasomesebwa mazima gokka, ensigo ye ey'obulamu yalimu omwoyo gwe gwennyini nga guli wamu n'amagezi agagirimu. Olw'okuba yali ajjuziddwa mazima gokka, waali tewali bwetaavu bwa kwawula wakati w'omwoyo n'omutima. Kubanga waali tewali gatali mazima, ekigambo obusobozi bw'okwawula obulungi n'obubi kyali tekyetaagisa.

Naye oluvannyuma lwa Adamu okwonoona, omwoyo gwe gwali tegukyali kye kimu n'omutima gwe. Era empuliziganya ye ne Katonda bwe yayonooneka, amazima, amagezi ag'omwoyo agaali gajjudde omutima gwe gatandika okuyiika era ng'awo agatali mazima gamba nga obukyayi, obuggya, okwemanya bye byaddawo mu mutima gwe ne bibikka ensigo ey'obulamu. Nga agatali mazima tegannayingira Adamu, waali tewali nsonga yakukozesa ekigambo 'omutima'. Omutima gwe gwe gwali omwoyo gwennyini. Naye oluvannyuma lwagatali mazima okuyingirawo olw'ebibi, omwoyo gwe ne gufa, era okuva olwo ne tutandika okukozesa ekigambo 'omutima'.

Omutima gw'abantu oluvannyuma lw'okugwa kwa Adamu gwatuuka ku ssa nga 'agatali mazima, ge gabisse ensigo ey'obulamu mu kifo ky'amazima,' ekitegeeza nti 'emmeeme, mu kifo ky'omwoyo, bye byabikka ensigo ey'obulamu'. Katugambe bwe tuti, omutima ogw'amazima gwe mutima omweru n'omutima ogutaliimu mazima gwe mutima omuddugavu. Bazzukulu ba Adamu bonna abaazaalibwa oluvannyuma lw'okugwa kwe, emitima gyabwe girimu omutima ogw'amazima, omutima ogw'agatali mazima, obusobozi bw'okumanya ekibi n'ekirungi okwava mu kugatta amazima n'agatali mazima.

Obutonde y'ensibuko y'obusobozi bw'okwawula ekibi ku kirungi

Embala esooka ey'omutima gw'omuntu bwe buyitibwa 'obutonde'. Obutonde bw'omuntu tebuggwayo n'ebyo byasikidde byokka. N'abwo bukyuka okusinziira ku bintu omuntu by'akkiriza bw'abanga akula. Nga bw'olaba nti embala ye ttaka ejja kukyuka okusinziira ku kiriteerebwamu, embala y'omuntu nayo esobola okukyuka okusinziira ku kyalaba, kyawulira, ne bwakwatibwako okusinziira ku bigenda mu maaso.

Bazukulu ba Adamu bonna abazaalibwa ku nsi kuno basikira okuyita mu maanyi'ag'obulamu aga bazadde baabwe embala nga egatiddwamu amazima n'agatali mazima. Ku ludda olumu, wadde bazaalibwa n'embala ennungi, bajja kuba babi singa bakkiriza ebintu ebibi mu mbeera etali ennungi. Ku ludda olulala, bwe basomesebwa ebintu ebirungi mu mbeera ennungi, obubi butonotono bwe bujja okusimbibwa mu bo. Buli mbala ya muntu esobola okukyusibwa singa egatibwamu amazima oba agatali mazima.

Kyangu okutegeera obusobozi bw'okwawula obubi ku bulungi singa tusooka okutegeera embala y'omuntu, kubanga obusobozi buno kye kipimo eky'okulamula ekiteekebwa ku mbala. Okkiriza amagezi ag'amazima oba agatali mazima mu kikula kyo eky'obuzaalirwana, era n'osalawo kw'ojja okupimira okusalawo. Buno bwe busobozi bw'okwawula ekirungi ku kibi. N'olwekyo, mu busobozi bw'omuntu okwawula ekirungi ku kibi, waliwo omutima ogw'amazima, obubi okuva mu kikula ky'omuntu, n'obutuukirivu bw'omuntu.

Ekiseera buli lwe kigenda kiyitawo, ensi egenda yeeyongera okujjula ebibi n'obubi, era obusobozi bw'abantu okusalawo obubi ku bulungi bugenda bwekubira nnyo eri obubi. Bagenda beeyongera okusikira embala ey'obubi okuva ku bazadde baabwe, ate ekisinga obubi, basinga kukkiriza agatali mazima mu bulamu bwabwe. Engeri eno egenda yeeyongera ku buli mulembe oguyitawo. Obusobozi bwabwe buno bugenda bweyongera kwekubira eri obubi n'okuba nga tebakyafaayo, Kiba kifuuka kizibu bbo okukkiriza enjiri. kyokka, kibabeerera kyangu okukkiriza emirimu gya Setaani era ne bakola ebibi.

4. Emirimu gy'Omubiri

Omuntu bwayonoona, wateekwa okubaawo empeera y'ekyo kyakola okusinziira ku tteeka ery'ensi ey'omwoyo. Katonda amugumiikiriza ng'ayagala akyuke okuva mu bubi bwe, kyokka bwayitawo weyandikomye, wabeera wajja kubaawo ebigezo n'okusoomoozebwa, oba emitawaana egyenjawulo.

Buli omu azaalibwa n'embala ey'obubi, olw'okuba embala ey'ekibi ey'omuntu eyasooka Adamu esikirwa abaana okuyita mu maanyi ag'obulamu ag'abazadde. Olumu tulaba n'abaana abaavula ng'abalaga obusungu bwabwe n'okwetamwa, Eky'okulabirako, nga bakaaba nnyo. Olumu bwe tutafa ku mwana enjala gweruma ate ng'akaaba nnyo, akaaba nnyo nabeera ng'atakyasobola na kussa. Ebbeere amanyi n'okuligaana kubanga abeera anyiize nnyo. N'abaana abakazaalibwa olumu balaga ebikolwa nga bino kubanga basikira obusungu, obukyayi, oba ensaalwa okuva ku bazadde baabwe. Kino kiri bwe kityo lwakuba abantu bonna balina embala ey'obubi mu mitima gyabwe, era nga kino kye kibi ekyasookawo.

N'abantu n'abo bakola ebibi bwe babeera bakula. Nga ka Magineeti bwe kasika ebyuma, abo ababeera mu bbanga erirabibwa bajja kubeera nga bakkiriza ago agatali mazima era ne bakola obubi. Ebibi bino 'omuntu bye yeekoledde' bisobola okwawulwamu emirundi ebiri, ebibi mu mutima n'ebibi mu bikolwa. Ebibi eby'enjawulo birina obunene bwa njawulo, era ebibi ebikoleddwa mu bikolwa tebirirema kulamulibwa (1 Abakkolinso 5:10). Ebibi ebikolebwa mu bikolwa bye biyitibwa 'ebikolwa eby'omubiri'.

Omubiri n'Ebikolwa eby'Omubiri

Olubereberye 6:3 wagamba, "MUKAMA n'ayogera nti Omwoyo gwange teguuwakanenga na muntu emirembe n'emirembe, kubanga naye gwe mubiri, naye ennaku ze ziriba emyaka kikumi mu abiri.'" Wano, 'omubiri' tebategeeza guno omubiri gwetulaba. Kitegeeza nti omuntu yali afuuse ekitonde eky'omubiri nga addugaziddwa ebibi n'obubi. Omuntu ow'omubiri ng'oyo tasobola kubeera na Katonda olubeerera, era babeera tebasobola kulokolebwa. Nga tewannayitawo mirembe mingi oluvannyuma lwa Adamu okugobwebwa mu Lusuku Adeni n'atandika okubeera ku si kuno, bazukulu be mangu ddala baatandika okukola emirimu egy'omubiri.

Katonda yalagira Nuuwa, eyali omusajja asingayo obutuukirivu ku mulembe gwe, okuzimba ekyombo era alabule abantu okuva mu bibi byabwe. Kyokka tewali n'omu okujjako

Nuuwa n'ab'omu maka ge beebayagala okuyingira mu lyato lya Nuuwa. Okusinziira ku tteeka ery'omwoyo erigamba nti 'empeera y'ekibi kufa' (Abaruumi 6:23), buli oyo yenna eyaliwo mu kiseera kya Nuuwa yazikirizibwa amataba.

Olwo, amakulu ag'omwoyo 'ag'omubiri' ge gatya? Kitegeeza 'embala y'agatali mazima mu mutima gw'omuntu nga yeeyolekera mu bikolwa'. Kwe kugamba, obuggya, obusungu, obukyayi, okweyagaliza, emmeeme ey'obwenzi, okwemanya, n'agatali mazima gonna ag'omunda ebisangibwa mu bantu bivaayo mu ngeri ey'obukambwe gamba nga, okukozesa olulimi olubi, obwenzi, oba okutemula. Ebikolwa bino byonna biyitibwa 'omubiri' okutwaliza awamu, era nga buli kimu ku bikolwa bino gye mirimu gy'omubiri.

Naye ebibi ebitakoleddwa mu bikolwa kyokka nga birowoozeddwako biyitibwa 'ebintu eby'omubiri'. Ebintu eby'omubiri olumu biyinza okuvaayo n'ebifuuka emirimu gy'omubiri, kasita biba nga tebisuuliddwa kuva mu mutima. Ebisingawo ku bintu eby'omubiri bijja kulambululwa mu kitundu eky'okubiri eky'ekitabo 'Okukolebwa kw'emmeeme'.

Ebintu eby'omubiri kasita bivaayo nga ebikolwa eby'omubiri, bubeera butali butuukirivu era obujeemu. Bwe tuba n'embala y'obubi mu mutima, tebutwalibwa nga butali butuukirivu, kyokka bwe buteekebwa mu bikolwa bufuuka obutali butuukirivu. Bwe tutegyaako bintu bino eby'omubiri n'ebikolwa eby'omubiri kyokka ne tusigala nga tukola ebibi, kiba kijja kuzimba ekisenge ky'ebibi wakati waffe ne Katonda. Olwo, Setaani ajja kutuggulako emisango bwatyo atandike okutugezesa n'okutusoomooza. Tuba tusobola okugwa ku bubenje kubanga Katonda aba tasobola kutuukuuma. Tetumanyi kinaabaawo nkya singa tuba tetuli mu bukuumi bwa Katonda. Olw'ensonga eno tuba tetusobola na kufuna kuddibwamu eri essaala zaffe.

Ebikolwa by'Omubiri bya Lwatu

Obubi bwe buba bussusse mu nsi, ebibi ebibeera bisinga okulabika mwe muli obwenzi n'obukaba. Sodoma ne Gomora mwali mujjudde obukaba n'obwenzi, era n'ebisaanyizibwawo n'omuliro saako ekirungo kya salufa. Bwe tutunuulira ebisigalira mu kibuga ekiyitibwa Pompeii, bituwa ekifaananyi ky'obwenzi n'okwonoonekwa we byali bituuse mu nsi ezo.

Abaggalatiya 5:19-21 wanyonnyola ebikolwa by'omubiri eby'olwatu:

Naye ebikolwa by'omubiri bya lwatu, bye bino, obwenzi, empitambi, obukaba, okusinza ebifaananyi, okuloga, obulabe, okuyomba, obuggya, obusungu, empaka, okweyawula, okwesalamu, ettima, obutamiivu, ebinyumu, n'ebiringa ebyo, nsooka okubabuulira ku ebyo, nga bye nasooka okubabuulira, nti bali abakola ebiri ng'ebyo tabalisikira bwakabaka bwa Katonda.

N'olwaleero ebikolwa eby'omubiri bwe bityo bingi nnyo okwetooloola ensi yonna. Kankuweeyo eby'okulabirako eby'ebikolwa eby'omubiri ng'ebyo.

Okusooka, bwe bukaba. Obukaba buyinza okuba obulabibwa oba obw'omwoyo. Mu makulu ag'okunsi, kitegeeza obwenzi oba omuntu okwegatta nga tannabeera mu bufumbo butukuvu. N'abo abakyali mu nkusibidde awo tebatalizibwa. olwaleero, obutabo, zi firimu enyimpi n'empanvu ziraga ekifaananyi nti okwegatta nga temunnafumbirwa mukwano mulungi nnyo, abantu ne babeera nga tebakyafa ku kibi n'omwoyo w'okwawula obulungi ku bubi n'agenda ng'avaawo. Waliwo n'ebiwandiiko bingi saako ebintu ebiwagira abantu okwegatta nga tebannafumbirwa.

So nga waliyo n'obukaba obukolebwa abakkiriza. Bwe bagenda eri omulogo, ne babeera n'ensiriba oba eddagala ery'emikisa, oba okuloga, buno bw'enzi obw'omwoyo (1 Bakkolinso 10:21). Abakristaayo bwe bateesigama ku Katonda afuga obulamu, okufa, emikisa, oba ebikolimo, wabula ne beesiga bakatonda abalala ne dayimooni, bwenzi obw'omwoyo, nga kye kimu ng'okulya mu Katonda olukwe.

Eky'okubiri, obutali butuukirivu kwe kugoberera okwegomba n'okukola ebintu bingi ebitali bya butuukirivu, era obulamu bw'omuntu bwe bujjuzibwa ebigambo n'ebikolwa eby'obwenzi. Ye mbeera essukulumye ku bwenzi obwa bulijjo, gamba nga, omuli ensolo ezitabagana, abo abali mu kwegattira mu kirindi, n'ebekikula ekimu okwegatta (Eby'abaleevi 18:22-30). Ebibi gye byeyongera, n'abantu gye bakoma okutwala embeera zino ez'obukaba ng'eza bulijjo.

Ebintu bino kuba kujeema na kuwakanya Katonda (Abaruumi 1:26-27). Biremesa omuntu okufuna obulokozi (1 Abakkolinso 6:9-10), eby'omuzizo eri Katonda (Ekyamateeka olw'okubiri 13:18). Okukyusa obutonde bw'omuntu, oba abasajja okwambala engoye z'abakazi, oba abakazi okwambala eza basajja byonna biba bya ngeri eri Katonda (Eky'amateeka olw'okubiri 22:5).

Ey'okusatu, okusinza ebifaananyi Katonda akiwalana. Waliwo okusinza ebifaananyi okw'oku nsi n'okusinza ebifaananyi okw'omwoyo.

Okusinza ebifaananyi kwe kuweereza n'okusinza ebifaananyi ebyakolebwa mu mbaawo, mu mayinja, oba mu byuma, mu kifo ky'okunoonya Katonda Omutonzi (Okuva 20:4-5). Okusinza ebifaananyi okw'amaanyi kuleeta ekikolimo okutuuka ne kumutendera ogw'okusatu oba ogw'okuna. Bw'otunuulira amaka agasinza ennyo ebifaananyi, omulabe setaani abeera abaleetera nnyo ebigezo n'okusoomoozebwa, kale ebizibu n'ebiba nga tebigwa mu maka ago. Naddala, mu maka ago mubeeramu abakwatibwa emizimu, abalina ebizibu ku bwongo n'okunywa ennyo omwenge. Abo abazaalibwa mu maka bwe gatyo, ne bwe bakkiriza Yesu okuba omulokozi waabwe, omulabe setaani abeera abasumbuwa nnyo, era ne kibabeerera kizibu okutambulira mu bulamu obw'okukkiriza.

Okusinza ebifaananyi okw'omwoyo kwe kuba ng'omukkiriza mu Katonda alina ekintu kyayagala ennyo okusinga Katonda. Bwe balemwa okugenda mu kanisa ku lwa ssabbiiti kubanga balaba bu firimu, eby'emizannyo oba okuba mu bintu ebirala, oba ne baleka bya balina okukola mu kukkiriza olw'omuwala oba omulenzi, kwe kusinza ebifaananyi okw'omwoyo. Ng'ogyeko bino, bw'oba ne ky'oyagala – maka, baana, ebinyumu, eby'okwejalabya, obuyinza, ettutumu, omululu, okumanya –

okusinga Katonda, olwo ekyo kye kiba kifuuse ekifaananyi.

Eky'okuna, obulogo kwe kukozesa amaanyi agafuniddwa mukuyambibwako oba okufugibwa emyoyo emibi oba okufugibwa emyoyo emibi.

Si kituufu okugenda mu basamize kyokka ng'ogamba nti okkiririza mu Katonda. N'abatali bakkiriza baleeta ebibonoobono eby'amaanyi bwe bakola obulogo, kubanga obulogo buleeta emyoyo emibi.

Eky'okulabirako, bw'ologa ebizibu bisobole okugenda, ate byeyongera kubeera bingi mu kifo ky'okugenda. Ng'omaze okuloga, emyoyo emibi gibeera nga egisiriseemu okumala akabanga, Kyokka tewayita bbanga ddene nga gireeta ebizibu ebisingawo okusobola okwongera okutenderezebwa. Olumu, gyefuula egy'ogera ku bintu ebinaatera okubaawo, naye ng'emyoyo emibi tegimanyi kigenda kubaawo mu maaso. Lwakuba bitonde ebiri mu kikula ky'omwoyo nga bwe gityo gimanyi omutima gw'omuntu, girimbalimba abantu balowooze nti bagambibwa ebyo ebijja okubaawo mu biseera eby'omu maaso gisobole okwongera okusinzibwa. Abalogo bamanyi n'okukola obutego okulimba abalala, n'olwekyo, tulina okuba abeegendereza ku bantu ab'ekika kino. Bw'oganya omuntu okugwa mu kinnya ng'okozesa akatego, kino kikolwa kya lwatu eky'omubiri, era engeri y'omuntu okweleetako okuzikirira.

Eky'okutaano, obulabe bwe bukyayi obw'amaanyi, oba okwagaliza obubi omuntu. Kwe kwagala abalala bazikirizibwe era n'ofuba okulaba nga kituukirira. Abo abakola obulabe ku balala bakyawa abalala n'okuwulira obubi gye bali kubanga babeera tebabagala. Obukyayi obw'ekikula ekyo bwe bufuuka bungi, basobola okwabika, oba okutandika okwogera obubi ku muntu n'okumutega obutego asobole okubugwamu.

Eky'omukaaga, empaka bwe bukuubagano obw'amaanyi. Kwe kutondawo ebibiina mu kanisa kubanga abantu abamu babeera tebakkiriziganya n'abantu balala. Boogera bubi ku banaabwe era ne babasalira n'emisango n'okubavumirira. olwo, ekanisa n'eba ng'erimu ebibinja bingi.

Eky'omusanvu, okweyawula kwe kwekutulamu ebibinja nga bagoberera ebirowoozo byabwe. Amaka n'ago gabaamu okwawukana, era ne mukanisa muyinza okubaamu ebibinja eby'enjawulo. Mutabani wa Daudi Abusolomu yalya mu kitaawe olukwe n'amwekutulako ng'agoberera okwagala kwe. Yawakanya kitaawe ng'ayagala kufuuka kabaka. Katonda alekawo omuntu ow'ekika ekyo. Era Abusolomu yafa bubi.

Eky'omunaana, okwesalamu. Ebibinja bwe bitondebwawo, bisobola okuvaamu abayigiriza ab'obulimba. 2 Peetero 2:1 wagamba, "Naye era ne wabaawo ne bannabbi b'obulimba mu ggwanga, era nga ne mu mmwe bwe waliba abayigiriza b'obulimba, abaliyingiza mu nkiso obukyamu obuzikiriza, era nga beegaana ne Makama waabwe eyabagula, nga beereetera okuzikirira okwangu." Enjigiriza ey'obulimba kwe kwegaana Yesu Kristo (1 Yokaana 2:22-23; 4:2-3). Bagamba nti bakkiriiza mu Katonda naye beegaana Katonda Obusatu, oba Yesu Kristo eyatugula n'omusaayi Gwe, kale ne beereetako okuzikirira okwangu. Baibuli egamba bulungi nnyo nti abo ab'enjigiriza ey'obulimba beebeegaana Yesu Kristo, kale tetulina kumala gasalira misango abo abakkiririza mu Katonda Obusatu ne Yesu Kristo.

Eky'omwenda, obuggya kwe kuba ng'obuggya ate buvuddemu ekikolwa ekibi ennyo. Obuggya kwe kuwulira nga toteredde n'okwewala omuntu saako okumukyawa bwabeera nga akusingako. Obuggya buno bwe bukula, wasobola okubaawo ebikolwa bingi ebikosa abalala. Saulo yalina obuggya ku musajja we yennyini Daudi eyali ayagalibwa abantu okusinga ye. Era n'akozesa n'eggye lye okutta Daudi, era n'azikiriza bakabona saako abantu b'ekibuga ekyali kikwese Daudi.

Eky'ekkumi bwe butamiivu. Nuuwa yakola ensobi bwe yali anywedde omwenge oluvannyuma lw'amataba, era ebyavaamu tebyali birungi nakatono. Yakolimira omwana we ow'okubiri Haamu eyayogera ku nsobi ye.

Abaefeso 5:18 wagamba, "So temutamiiranga mwenge, kubanga mu gwo mulimu okwegayaggula, naye mujjulenga Omwoyo." Abamu bagamba nti oba akagiraasi kamu kamala. Naye n'akyo kibi kubanga, wadde akagiraasi kamu oba bubiri, onywa mwenge kutamiira. Era abo abatamidde bakola ebibi bingi olw'okuba tebasobola kwefuga.

Baibuli eyogera ku kunywa envinnyo kubanga, mu Isiraeri, amazzi ga bbula, kale mu kifo ky'amazzi Katonda yabaganya okunywa envinnyo, nga guno guba mubisi gwe nnyini ogw'omuzabibbu, oba eky'okunywa ekikambwe ekikolebwa mu bibala ebirina sukaali omungi (Ekyamateeka olw'okubiri 14:26). Naye nga, Katonda teyakkiriza bantu kunywa mwenge(Eby'abaleevi 10:9; Okubala 6:3; Engero 23:31;

Yeremiya 35:6; Danyeri 1:8; Lukka 1:15; Abaruumi 14:21). Katonda yakkiriza enkozesa y'omwenge ng'eriko ekkomo mu mbeera ez'obwetaavu ddala. Wadde guba mubisi oguvudde mu bibala, abantu era baba batamiira bwe banywa omungi. Olw'ensonga eno abantu ba Isiraeri baanywanga nvinnyo mu kifo ky'amazzi, era tebaamunywanga kutamiira na kweyagala.

Ekisembayo, ebinyumu kwe kunywa omwenge, okwagala abakazi, okukuba zaala, n'ebintu ebirala ebyegombebwa awatali kwefuga. Abantu ab'ekika ekyo tebasobola kutuukiriza buvunaanyizibwa bwabwe. Bw'oba tosobola kwekomako mu kintu ekimu nakyo kifuuka kinyumu. Bwotambulira mu bulamu obw'ekiwemu obuyitiridde, oba n'otambulira mu bulamu obutasaana, nakyo kiba kinyumu. Bw'otambulira mu bulamu obw'ekika ekyo nga wadde omazze okukkiriza Mukama, obeera tosobola kuwaayo mutima gwo eri Katonda oba okweggyako ebibi, n'olwensonga eyo tosobola kusikira bwakabaka bwa Katonda.

Amakulu g'Obutasobola Kusikira Bwakabaka bwa Katonda

Wetutuukidde wano nga tumaze okutunuulira ebikolwa by'omubiri eby'olwatu. Olwo, ensonga enkulu eviirako abantu okukola ebikolwa eby'omubiri eby'ekika ekyo eri ki? Kibaawo lwakuba tebagala kuteeka Katonda Omutonzi mu mitima gyabwe. Kinyonnyolebwa mu Baruumi 1:28-32: "Era nga bwe batakkiriza kubeera ne Katonda mu magezi gaabwe,

Katonda yabawaayo eri omwoyo ogutakkirizibwa, okukolanga ebitasaana, nga bajjudde obutaba na butuukirivu bwonna, obubi, okwegomba, ettima, nga bajjudde obuggya, obussi, okuyomba, obukuusa, enge, abageya, abalyolyoma, abakyawa Katonda, ab'ekyejo, ab'amalala, abeenyumiriza, abayiiya ebigambo ebibi, abatawulira bazadde baabwe, abatalina magezi, abaleka endagaano, abataagalana, abatalina kusaasira, abamanya omusango gwa Katonda, nti abalokola ebyo basaanidde kufa, tebabikola bukozi, era naye basiima ababikola. Kwe kugamba wategeeza nti tojja kusikira bwakabaka bwa Katonda bw'okola ebibi eby'omubiri eby'olwatu. Tekitegeeza nti bw'obaako ekibi ky'okoze olw'olumu tosobola kulokolebwa, kubanga obaako ebibi by'okola olw'okukkiriza okutono.

Si kituufu nti abo abakalokoka abatamanyi bulungi mazima oba abo abalina okukkiriza okutono nti tebajja kufuna bulokozi kubanga tebannegyako mirimu gya mubiri. Abantu bonna balina obunafu okutuuka ng'okukkiriza kwabwe kukuze, era basobola okusonyiyibwa ebibi byabwe nga beesigama ku musaayi gwa Mukama. Naye bwe bagenda mu maaso n'okukola ebikolwa eby'omubiri nga tebegyako, tebasobola kufuna bulokozi.

Ebibi Ebiviirako Okufa

1 Yokaana 5:16-17 wagamba, "Omuntu yenna bw'alabanga muganda we ng'akola ekibi ekitali kya kufa, anaasabanga, ne Katonda anaamuweeranga obulamu abo abakola ekibi ekitali kya kufa. Waliwo ekibi eky'okufa, ekyo si kyenjogerako

okukyegayiririranga. Buli ekitali kya butuukirivu kibi era waliwo ekibi ekitali kya kufa." Nga bwe kyawandiikibwa, tusobola okukiraba nti waliwo ebibi ebiviirako okufa so nga waliwo n'ebibi ebitali bya kufa.

Kati, ebibi ebiviirako okufa bye biriwa, ebyo ebitugyako omukisa gw'okusikira obwakabaka bwa Katonda?

Abaebbulaniya 10:26-27 wagamba, "Kuba bwe tugenderera okwonoona nga tumaze okuweebwa okutegeera amazima, tewasigaddeyo nate ssaddaaka olw'ebibi, wabula okulindirira n'obuti omusango, n'obukambwe obw'omuliro ogugenda okwokya abalabe." Bwe tugenda mu maaso n'okwonoona nga tumanyidde ddala nti bibi, kuba kugyemera Katonda. Katonda Omwoyo w'okwenenya tamuwa bantu ng'abo.

Abaebbulaniya 6:4-6 nawo wagamba, "Kubanga abo abamala okwakirwa, ne balega ku kirabo eky'omu ggulu, ne bafuuka abassa ekimu mu Mwoyo Omutukuvu, ne balega ku kigambo ekirungi ekya Katonda ne ku maanyi ag'emirembe egigenda okujja ne bagwa okubivaamu, tekiyinzika bo okubazza obuggya olw'okwenenya, nga beekomererera bokka omulundi ogw'okubiri Omwana wa Katonda, ne bamukwasa ensonyi mu lwatu." Bwogyemera Katonda ng'omaze okuwulira ku mazima n'okulaba emirimu gy'Omwoyo Omutukuvu, omwoyo w'okwenenya tajja ku kuweebwa, n'olwekyo tojja kulokolebwa.

Bw'ovumirira emirimu gy'Omwoyo Omutukuvu mbu mirimu gya mulabe Setaani nti oba nzigiriza za bulimba, tosobola kulokolebwa, kubanga kuba kuvvoola na kuwakanyaMwoyo Mutukuvu (Matayo 12:31-32).

Tulina okutegeera nti waliyo ebibi ebitasobola kusonyiyibwa era nga tokolanga bibi ng'ebyo. Era, n'ebibi ebitono biyinza okufuukamu ebibi eby'amaanyi singa bigenda byeyongera. N'olwekyo, tulina okwekuumira mu mazima buli budde.

5. Okuteekateeka

Okuteekateeka abantu kitegeeza emitendera gyonna Katonda gye yayitamu okutonda abantu ku nsi n'okufuga ebyafaayo by'omuntu okutuuka ku lunaku lw'omusango okusobola okufuna abaana abatuufu.

Okuteekateeka gy'emitendera omulimi asimba okutuuka ku kukungula ensigo gyayitamu ng'atuyana okusobola okulabirira n'okukuza ebimera ebyo. Katonda naye yasimba ensigo esooka eyitibwa Adamu ne Kaawa ku nsi kuno okusobola okukungula abaana abatuufu okuyita mu ntuuyo Ze ng'abakuliza ku nsi kuno. Okutuuka ne leero, Abadde ajja ateekateeka abantu. Katonda yamanyirawo nti omuntu ajja kwonoonebwa obujeemu nti era ajja kunakuwala. Naye agenda mu maaso n'okuteekateeka abantu okutuuka ku nkomerero kubanga Akimanyi nti wajja kubaayo abaana abatuufu, abegyeko obubi olw'okwagala Katonda era nga balina omutima gwa Katonda.

Abantu baatondebwa mu nfuufu ey'ensi, kale balina ekikula ng'embala z'ettaka. Bw'osimba ensigo mu nnimiro, ensigo zijja kumera, zijja kukula, era zibale n'ebibala. Tusobola okukiraba nti ettaka lirina amaanyi okuzaala obulamu obuggya. Era, embala y'ettaka eri nti lijja kukyuka okusinziira ku ky'oligattamu. Kye kimu n'eri abantu. Abo abatera okusunguwala bajja kuzaala obusungu mu kikula kyabwe. Abo abatera okulimba batera okuba n'obulimba bungi mu kikula kyabwe. Adamu ng'amaze okwonoona, ye ne bazukulu be baafuuka abantu ab'omubiri era ne bongera okwonoonebwa agatali mazima mu bwangu.

Olw'ensonga eno abantu balina okuteekateeka emitima gyabwe okusobola okukomyawo omutima ogw'omwoyo okuyita 'mukuteekebwateekebwa kw'omuntu'. Ndaba, ensonga lwaki abantu bateekebwateekebwa ku nsi kuno kwe kuba nti bateekateeka emitima gyabwe basobole okukomyawo omutima omulongoofu Adamu gweyalinanga nga tannagwa. Katonda atuwadde engero ezikwatagana n'okuteekateeka mu baibuli tusobole okutegeera ekigendererwa Kye eri okuteekateeka omuntu (Matayo 13; Makko 4; Luke 8).

Mu Matayo 13, Yesu ageraageranya omutima gw'omuntu ne bbali w'ekkubo, enjazi, enimiro ey'amaggwa, ne ttaka eddungi. Tulina okwekebera tulina ttaka lya kika ki era tulifuula tutya ettaka eddungi eryo erisanyusa Katonda.

Emitima-Ennimiro gya Mirundi Ena

Okusooka, ebbali w'ekkubo lye ttaka eryaguba abantu kwebatambulidde okumala ekiseera ekiwanvu. Kwe kugamba, si na nnimiro, era tewali nsigo esobola kumera. Wano tewaba mulimu gwa bulamu.

Ebbali w'ekkubo mu makulu ag'omwoyo kitegeeza omutima gw'abo abatakkiririza ddala njiri. Emitima gyabwe gyagumizibwa nnyo n'okwemanya kwabwe saako amalala nti ensigo ey'enjiri tesobola kumerawo. Mu kiseera kya Yesu abakulembeze baba Yudaaya baalina empaka nnyingi nga tebakkiriza kirala kikontana na ndowooza zaabwe wadde eby'obuwanga era ne bagobaganya Yesu n'enjiri. Olwaleero, abo abalina omutima ogulinga ebbali w'ekkubo balina empaka nnyingi nti tebasobola na kuggulawo mitima gyabwe era bagoba enjiri ne bwe balaba amaanyi ga Katonda.

Ebbali w'ekkubo w'aba wagumu nnyo, era ensigo tezisobola kusimbibwa munda mu ttaka. Kale, ebinyonyi bijja n'ebirya ensigo. Wano, ebinyonyi ye Setaani. Setaani abbawo ekigambo kya Katonda abantu baleme okufua okukkiriza kwonna. Bajja mu kanisa nga beegayiriddwa nnyo abantu, naye tebagala kukkiriza kigambo kya Katonda ekibuulirwa. Wakiri bakolokota enjiri oba abagiweereza nga basinziira ku ndowooza zaabwe bo. Abo abalina emitima emigumu era ne bataggulawo mmeeme zaabwe tebasobola kufuna bulokozi kubanga ensigo ey'ekigambo kya Katonda tesobola kumera kibala kyonna.

Eky'okubiri, Ennimiro erimu enjazi nga terina ttaka lingi esingako ebbali we kkubo. Omuntu alinga ebbali w'ekkubo talina kigendererwa kyonna kya kukkiriza kigambo kya Katonda, naye oyo alina ettaka etono ategeera Ekigambo kye bwakiwulira. Bw'osimba ensigo mu njazi awali ettaka ettono, ensigo ezimu zijja kumera, naye tezisobola kukula bulungi. Makko 4:5-6 wagamba, "N'endala ne zigwa awali enjazi awatali ttaka lingi, amangu ago ne zimera , kubanga ettaka teryali ggwanvu, enjuba bwe yayaka ne ziwotookererera, era kubanga tezaalina mmizi, ne zikala."

Abo abalina emitima egiringa ennimiro eri mu njazi ng'erina ettaka ttono bategeera Ekigambo kya Katonda naye tebakikkiriza na kukkiriza. Makko 4:17 wagamba, "...ne bataba na mmizi mu bo, naye bamala ekiseera kitono awo bwe wabaawo okulaba ennaku oba kuyigganyizibwa olw'ekigambo , amangu ago beesittala." Wano, 'ekigambo' kitegeeza ekigambo kya Katonda ekitugamba ebintu nga, "Ojjukiranga okukuuma olunaku olwa Ssabbiiti, Waayo ekimu eky'ekkumi mu bujjuvu, tokkiririzanga mu bakatonda abalala wendi, weerezanga abalala era weetoowaze." Bwe bawuliriza ekigambo kya Katonda balowooza bajja kukuuma Ekigambo Kye, naye tebasobola kutuukiriza kumalirira kwabwe bwe bajjirwa ebizibu. Basanyuka nga bafunye ekisa kya Katonda, naye mu bizibu bakyusa mangu endowooza zaabwe. Bawulidde era bamanyi Ekigambo Kye, naye tebalina maanyi gakitambuliramu kubanga Ekigambo Kye tekiteekeddwateekeddwa mu mitima gyabwe ng'okukkiriza okwa ddala.

Eky'okusatu, abo abalina emitima egiringa ennimiro ey'amagwa bategeera Ekigambo kya Katonda era ne batandika okukitambuliramu. Naye tebasobola kutambulira mu Kigambo kya Katonda mu bujjuvu bwakyo, era tewaba kibala kirungi. Makko 4:19 wagamba, "...awo emitawaana gy'ensi n'obulimba bw'obugagga, n'okwegomba kw'ebirala byonna,bwe biyingira bizisa ekigambo ne kitabala."

Abo abalina emitima- ennimiro egy'ekika ekyo baba balabika ng'abakkiriza abalungi abatambulira mu kigambo kya Katonda, naye nga bakyasanga ebigezo n'okusoomoozebwa era n'enkula yaabwe ey'omwoyo egenda mpola. Kibaawo lwakuba tebaloza ku mirimu gya Katonda nga balimbibwa emitawaana gye nsi, n'obulimba bw'obugagga, n'okwegomba kw'ebirala. Eky'okulabirako, Bizinensi yaabwe bweggwamu sente nga bayinza n'okugenda mu kkomera. Wano, embeera bw'eba ebeetaaza okusasula ebbanja mu ngeri eya kiyita manju, awo omulabe Setaani ajja kubakema okuyita mu kino, era bajja kutenduka. Katonda abeera asobola okubayamba singa babeera batambulidde mu butuukirivu embeera ne bw'eba nzibu etya, Naye bagondera okukemebwa kwa setaani.

Wadde baagala okugondera Ekigambo kya Katonda, tebasobola kukigondera na kukkiriza kubanga ebirowoozo byabwe bijjudde ebirowooza by'obuntu. Basaba nga bagamba nti buli kimu bakitadde mu mikono gya Katonda, naye nga ebya ddala bakozesa okutegeera kwabwe okusooka. Enteekateeka zaabwe zebasoosa, kale ebintu tebibatambulira bulungi, wadde nga mukusooka birabika nga bibatambulira bulungi. Yakobo 1:8 agamba nti abantu bano ba myoyo ebiri.

Amagwa bwe gaba gakatandika okumera, walabikanga awatali buzibu bwonna. Naye bwe gakula, embeera ejja kuba yanjawulo ddala. Gajja kuzaala ensiko era gaziyize ensigo ennungi okukula. N'olwekyo, bwe wabeerawo ensonga yonna etulemesa okugondera Ekigambo kya Katonda, tulina okugikuulayo awo wennyini ne bweba ng'eringa entono ddala.

Eky'okuna, Ettaka eddungi lye ttaka egimu era nga omulimi aliteeseteese bulungi. Ettaka eggumu likabalwa, enjazi n'amaggwa ne bigibwayo. Kitegeeza nti weesonyiwa okukola ebintu byonna Katonda byagaana era n'okweggyako ebintu byonna Katonda byatulagira okusuula eri. Waba tewakyali njazi wadde emisanvu gyonna, n'olwekyo Ekigambo kya Katonda bwe kirigwako, lizaala ebibala emirundi 30, 60, oba 100 okusinga kw'ebyo ebyasigibwa. Abantu ab'ekika ekyo bajja kufuna okuddibwamu eri okusaba kwabwe.

Ffe okusobola okwekebera tuteeseteese tutya omutima ogw'ettaka eddungi, tuba tulina okulaba Ekigambo kya Katonda tukitambuliramu kwenkana ki? Gy'okoma okuteekateeka ettaka eddungi, gye kikoma okukwanguyira okutambulira mu Kigambo kya Katonda. Abantu abamu bamanyi ekigambo Kye, naye tebasobola kukitambuliramu olw'okuba bakoowu, banafu, balinamu endowooza ezitali z'amazima, n'okwegomba. Abo abalina emitima egy'ettaka eddungi tebalina bibalemesa ng'ebyo, kale bategeera era ne batambulira mu Kigambo kya Katonda nga bakakiwulira. Bwe bategeera nti ekintu gundi kwe kwagala kwa Katonda nti era kisanyusa Katonda, bajja kukikolerawo.

Bwoteekateeka omutima gwo, otandika okwagala abo bewawalananga. Kati osobola okusonyiwa abo bewali tosobola kusonyiwa. Ensaalwa ejja kufuuka okwagala n'okusaasira. Amalala gajja kufuuka obwetowaaze n'okuweereza. Okusuula eri obubi mu ngeri eno kwe kukomola omutima era kwekuteekateeka omutima gw'omuntu okugufuula ettaka eddungi.

Awo, ensigo y'Ekigambo kya Katonda bwegwa ku mutima

ogw'ettaka eddungi, ejja kumera era ekule mangu okubala ebibala omwenda eby'Omwoyo Omutukuvu, n'ebibala eby'omusana.

Ng'okyusa omutima gwo okufuuka ettaka eddungi, osobola okufuna okukkiriza okw'omwoyo okuva waggulu. Osobola n'okusaba n'omutima gwo gwonna okussa amaanyi ga Katonda okuva waggulu, wano eddoboozi ly'Omwoyo Omutukuvu obeera oliwulira bulungi era n'ojjuzibwa okwagala kwa Katonda. Abantu ab'ekika ekyo by'ebika by'ebibala Katonda bayagala okukungula okuyita mukuteekateeka abantu.

Embala y'Ekibya: Ettaka ery'Omutima

Ensonga enkulu ennyo mu kuteekateeka emitima gyaffe y'embala y'ekibya. Embala y'ekibya ekwatagana n'embala y'ebyo ebyakola ekibya. Kitulaga engeri omuntu gyawulirizaamu Ekigambo kya Katonda, n'akyekuuma mu mmeeme ye, era n'akitambuliramu. Baibuli eraga enjawulo mu bibya omuli ekya zzaabu, ekya feeza, emiti, n'ebbumba (2 Timoseewo 2:20-21).

Bonna ekigambo kya Katonda kye bawulirira kye kimu, kyokka bakiwulira mu ngeri za njawulo. Abamu bakikkiriza na 'Amiina' abalala ne bakireka ne kibayitako kubanga tekikkiriziganya na ndowooza yaabwe. Abamu bakiwuliriza n'omutima oguyaayaana era ne bagezaako okukiwuiriza so nga abalala bawulira nga baweereddwa omukisa olw'obubaka naye wayita akabanga katono ne bakyerabira.

Enjawulo zino ziva ku njawulo eriwo mu mbala z'ebibya. Bwoteeka essira ku Kigambo kya Katonda kyowulira, kijja kusimbibwa mu mutima gwo mu ngeri yanjawulo okusinga bwekisimbibwamu bw'oba obadde owulira Ekigambo kya Katonda n'obukoowu nga toli na kumulamwa. Wadde muwuliriza enjiri y'emu, ebivaamu bijja kubeera byanjawulo nnyo mu ngeri y'okukikuumira ebuziba w'omutima gwo okusinga okukiwulira mu ngeri ey'olusaago.

Ebikolwa by'abatume 17:11 wagamba, "Naye bano baali balungi okusinga ab'e Ssessaloniika, kubanga bakkiriza ekigambo n'omwoyo omwangu ennyo, buli lunaku nga banoonya mu byawandiikibwa oba nga ebyo bwe biri bwe bityo," ate mu Abaebbulaniya 2:1 watugamba, "Kyekivudde kitugwanira okusinga ennyo okulowooleza ddala ebyawulirwa, kabekasinge tuwabe ne tubivaako."

Bw'onyiikira okuwulira ekigambo kya Katonda, n'okikuuma mu birowoozo byo, era n'okitambuliramu nga bwekikulagira, tusobola okugamba nti olina embala ennungi ey'ekibya. Abo abalina embala ennungi ey'ekibya babeera bagonvu eri Ekigambo kya Katonda, kale basobola okuteekateeka ettaka eddungi ery'omutima. Olwo, engeri gye babeera n'ettaka eddungi ery'emitima, kijja kyokka bo okukuuma Ekigambo kya Katonda munda ddala mu mitima gyabwe era n'ebakitambuliramu.

Embala ennungi ey'ekibya eyamba okuteekateeka ettaka eddungi, era ettaka eddungi nalyo ne liyamba okuteekateeka embala ennungi ey'ekibya. Nga bwe kyawandiikibwa mu Lukka 2:19, "Naye Malyamu ne yeekuumanga ebigambo ebyo byonna, ng'abirowooza mu mutima gwe," Malyamu Omubeererevu yalina ekibya ekirungi okuba nti yakuumanga kigambo kya Katonda mu mutima gwe, era n'aweebwa omukisa okuba olubuto lwa Yesu ku bw'Omwoyo Omutukuvu.

1 Abakkolinso 3:9 wagamba, "Kubanga Katonda tuli bakozi banne, muli nnimiro ya Katonda, muli nnyumba ya Katonda." Tuli nnimiro ya Katonda gyali mu kuteekateeka. Tusobola okuba n'emitima emiyonjo era emirungi nga ettaka eddungi n'ekibya ekirungi ekiringa ekya zaabu era ne tukozesebwa mu kigendererwa kya Katonda eky'omuwendo bwe tuba nga tuwuliriza era ne tukuuma Ekigambo kya Katonda mu birowoozo byaffe era ne tukitambuliramu.

Embala y'Omutima: Obunene bw'Ekibya

Waliwo engeri endala ebintu gy'ebikwataganamu nga n'abyo byekuusa ku mbala y'ekibya. Eno ekwatagana ku ngeri omuntu gyakoma okugaziya n'okukozesa omutima gwe. Embala y'ekibya esinziira ku ebyo ebyakola ekibya ekyo kyokka nga yo embala y'omutima esinziira ku bunene bw'ekibya. Kisobola okwawulwamu emirundi ena.

Omutendera ogusooka gwe gw'abo abantu abakola ennyo okusinga kw'ekyo kye balina okukola. Eno y'embala y'omutima esingayo obulungi. Eky'okulabirako, abazadde bagamba abaana baabwe okulondawo kasasiro ku ttaka. Kyokka, abaana ne batakoma ku kulondawo kasasiro kyokka, naye ne barongoosa n'ekisenga mwabadde. Bassukuluma ku bazadde kye babadde babasuubiramu, era n'olwekyo bawa bazadde baabwe essanyu. Stefano ne Firipo baali ba dinkoni kyokka naye nga balina okukkiriza era ng'abatuukirivu nga abatume. Baali kya kwenyumiriza mu maaso ga Katonda era ne bakola eby'amaanyi bingi, obubonero, n'eby'amagero.

Omutendera ogw'okubiri gwe gw'abo abakola ekyo kyokka kye balina okukola. Abantu abo bajja kukola ebyo byokka bye bavunaanyizibwako, naye nga tebafa ku balala wadde ebibeetoolodde. Abazadde bwe babasaba okulondawo kasasira wasaasaanye, bamulondawo. Basobola okukkirizibwa olw'obuwulize bwabwe, naye tabasobola kufuuka ssanyu ery'amaanyi eri Katonda. Abakkiriza abamu mu kanisa bagwa mu mutendera guno; batuukiriza mirimu gyabwe naye ne batafa ku kirala kyonna. Abantu ab'ekika ekyo tebasobola kuba ssanyu ly'amaanyi mu maaso ga Katonda.

Omutendera ogw'okusatu gwe gw'abo abakola kye balina okukola olw'okuba kibakakatako. Tebatuukiriza buvunaanyizibwa bwabwe mu kwagala wamu n'okwebaza wabula babeera mu kwemulugunya na kutolotooma. Abantu ng'abo tebalowooza bulungi mu bintu byonna era babeera baakusika mu kwewaayo n'okuyamba abalala. Bwe babaako obuvunaanyizibwa bwe baweereddwa, babukola kubanga balina okubutuukiriza, naye ng'ebiseera ebisinga bakaluubiriza nnyo banaabwe. Katonda alaba emitima gyaffe. Asanyuka bw'alaba nga tutuukiriza obuvunaanyizibwa bwaffe olw'okumwagala mu kifo ky'okuwulira ng'abakakiddwa okukikola.

Omutendera ogw'okuna gwe gw'abo abakola obubi. Abantu ab'ekika ekyo tebawulira nti balina okubaako kye bakola wadde okubaako obuvunaanyizibwa bwonna bwe batuukiriza. Era tebafa na ku balala. Bbo balemera kw'ekyo kye balowooza nti kye kituufu era ne bakaluubiriza abalala. Abantu ab'ekika ekyo bwe babeera basumba oba bakulembeze abalabirira ba memba be kanisa, tebabakwata mu ngeri ya mukwano bwe batyo ne bafiirwa emyoyo oba okubeesitaza. Bulijjo bajja kuteekanga omusango ku balala ebintu bwe biba tebigenze bulungi era olugira ne balekayo obuvunaanyizibwa bwabwe. N'olwekyo, kiba kirungi ne bataweebwa buvunaanyizibwa bwonna.

Kati, katwekebere, omutima gwaffe gulina mbala ya kika ki? Wadde omutima gwaffe si mugazi kimala, tusobola okukyusa ne gufuuka omunene. Okusobola okukola ekyo, okusookera ddala tulina okutukuza emitima gyaffe era ne tuba n'embala ey'ekibya ennungi. Tetusobola kuba n'ambala ya mutima nnungi naye nga tulina embala embi ey'ekibya. Era y'emu ku ngeri gye tuyinza okuyitamu okusobola okuteekateeka embala y'omutima ennungi bwe twewaayo mu kwagala eri buli kintu.

Abo abalina embala y'omutima ennungi basobola okukola ebintu eby'amaanyi mu maaso ga Katonda era ekitiibwa n'ekiddizibwa Katonda mu ngeri ey'amaanyi. Bwe kityo bwe kyali ne ku Yusufu. Yusufu yatundibwa mu Misiri nga baganda be bennyini be bamutunda, era n'afuuka omuddu wa Potifali omwami wa Falawo eyali akulira abambowa. Naye teyeekubagiza olw'okuba yatundibwa ng'omuddu. Yatuukiriza obuvunaanyizibwa bwe bulungi nnyo okutuuka ne mukama we okumwesiga, era n'aweebwa obuvunaanyizibwa bw'obulabirizi y'ennyumba ye yonna ne bye yali nabyo byonna. Bwe wayita ekiseera n'awayirizibwa era n'asibibwa mu kkomera, naye era yali muwulize nga bwe yalinga, era ekyavaamu n'afuuka ssaabaminisita mu Misiri. Yataasa eggwanga n'ab'omu maka ge okufa enjala era n'ateekawo omusingi ogw'okutondawo ensi ya Isiraeri.

Singa yali talina mbala ya mutima nnungi, yali ajja kukola ebyo byokka ebyamulagirwa mukama we. Yandifudde nga muddu mu Misiri oba yandifiiridde mu kkomera gye yasibibwa. Naye Yusufu yakozesebwa Katonda mu ngeri ey'amaanyi kubanga yakola nga bwasobola mu maaso ga Katonda mu mbeera yonna era ng'akozesa omutima omugazi.

Ng'ano oba Bisusunku?

Katonda abaddenga ateekateeka abantu okumala ebbanga ddene mu bbanga lino erirabika okuva Adamu lwe yagwa. Obudde bwe bunaatuuka, Ajja kwawula eng'ano ku bisusunku era atwale eng'ano mu bwakabaka obw'omu ggulu, byo ebisusunku bisuulibwa mu Ggeyeena. Matayo 3:12 wagamba, "Olugali lwe luli mu mukono Gwe, naye alirongoosa nnyo egguuliro Lye, alikung'anyiza eng'ano mu ggwanika, naye ebisusunku alibyokya n'omuliro ogutazikira."

Wano, eng'ano etegeeza abo abagala Katonda era abatambulira mu Kigambo Kye okubeerawo mu mazima. Okwawukana kw'abo, waliwo abatatambulira mu Kigambo kya Katonda wabula mu bubi era nga tebatambulira mu mazima, n'abo abatakkiriza Yesu Kristo era nga bakola emirimu egy'omubiri bye bisusunku.

Katonda ayagala buli omu okufuuka Eng'ano asobole okufuna obulokozi (1 Timoseewo 2:4). Kiba nga abalimi bwe bandyagadde okukungula ensigo zonna ze baasiga mu nnimiro. Naye mu kiseera ky'amakungula bulijjo wabeerawo ebisusunku, mu ngeri y'emu si buli muntu yenna mu kuteekebwateekebwa kw'omuntu ajja kufuuka ng'ano esobola okulokolebwa.

Bwe tutategeera nsonga eno mu kuteekebwateekebwa kw'omuntu, omuntu ayinza okwebuuza ekibuuzo nga kino, "Kigambibwa nti Katonda kwagala, olwo lwaki alokolako bamu ate abalala n'abaleka ne bazikirira?" Naye omuntu okusalawo okulokoka si kya Katonda okusalwo nga Ye bwayagala. Kiri eri buli muntu nga takakiddwa. Buli oyo yenna abeera mu bbanga lino erirabibwa alina okwesalirawo ekkubo oba ligenda mu Ggulu oba Mugeyeena.

Yesu yagamba mu Matayo 7:21, "Buli muntu angamba nti Mukama wange, Mukama wange, si ye aliyingira mu bwakabaka obw'omu ggulu, wabula akola Kitange ali mu ggulu by'ayagala" ate mu Matayo 13:49-50, "Bwe kityo bwe kiriba ku nkomerero y'ensi, bamalayika balijja balyawulamu abantu ababi mu batuukirivu , balibasuula mu kikoomi eky'omuliro, mwe muliba abakaaba amaziga n'okulumwa obujiji."

Wano, 'abatuukirivu' kitegeeza abakkiriza. Kitegeeza nti Katonda ajja kwawula ebisusunku okubigya mu ng'ano mu bakkiriza. Wadde bakkirizza Yesu Kristo era nga babaddenga bajja ku kanisa, bakyali babi bwe baba babadde tebagoberera kwagala kwa Katonda. Ebisusunku byokka bye bijja okusuulibwa mu Ggeyeena.

Katonda atusomesa ku mutima gwa Katonda Omutonzi, ekigendererwa ky'okuteekateeka omuntu n'ekigendererwa ekituufu eky'obulamu okuyita mu Baibuli. Ayagala ffe tuteeketeeka embala ennugi ey'ekibya n'embala ennungi ey'omutima, olwo tuveeyo ng'abaana abatuufu aba Katonda— eng'ano mu bwakabaka obw'eggulu. Naye bantu bameka abagoba ebintu ebitaliimu mu nsi eno ejjudde ebibi n'obujeemu? Kiri bwe kityo lwakuba bafugibwa emmeeme zaabwe.

 Omwoyo, Emmeeme, n'Omubiri: Ekitabo 1

Ekitundu 2

Okukolebwa kwe Mmeeme
(Enkola ye Mmeeme mu Bbanga Erirabibwa)

Ebirowooza by'abantu biva wa?
Emmeeme Yange Etambula Bulungi?

"Nga tumenya empaka na buli kintu
ekigulumivu ekikulumbazibwa okulwana
n'okutegeera kwa Katonda, era nga tujeemula
buli kirowoozo okuwulira Kristo,
era nga tweteeseteese okulwana eggwanga
ku butagonda bwonna, okugonda kwammwe bwe kulituukirira."
(2 Abakkolinso 10:5-6)

Essuula 1
Okukolebwa kwe Mmeeme

Okuva omwoyo gw'omuntu lwe gw'afa, emmeeme newamba era n'efuuka mukama w'omuntu ng'akyali ku nsi eno erabika. Emmeeme n'eba ng'efugibwa Setaani, era abantu ne babeera n'ebintu bingi bye bakolera emmeeme.

1. Ennyinnyonyola ye Mmeeme

2. Emirimu gye Mmeeme mu Bbanga Erirabibwa

3. Ekizikiza

Tulaba eby'ewuunyo mu bitonde bya Katonda bwe tulaba ebintu ng'obuwundo ebifuna eky'okulya nga bikozesa engeri y'okugoberera eddoboozi; bwe tulaba mukene n'ebinyonyi eby'enjawulo nga bitambula mailo enkumi n'enkumi okusobola okudda webizaalira n'okubiikira amaggi, ne konkonamuti akonkona omuti kumpi emirundi lukumi mu ddakiika ng'emu.

Abantu baakolebwa okufuga ebintu bino byonna. Ekikula ky'omuntu eky'okungulu tekirabika nga kyamaanyi nnyo nga bw'olaba empologoma oba engo. Tebasinga na mbwa kuwulira oba okukonga olusu, wabula wadde guli gutyo be bayitibwa mukama w'ebitonde byonna.

Kiri bwe kityo lwakuba balina omwoyo basobola n'okulowooza ng'abakozesa obwongo obuli ku ddala erya waggulu. Abantu balina amagezi era basobola okuleetawo sayanzi n'enkulaakulana y'ebintu okusobola okufuga ebintu byonna. Kino kye kitundu ekirowooza ku muntu ekikwatagana ne mmeeme'.

1. Ennyinnyonyola ye Mmeeme

Akuuma akasobozesa obwongo okujjukira, ebyo ebimanyiddwa obwongo, n'ebirowoozo ebikolebwa oluvanyuma lw'okujjukira ebyo obwongo bwe bimanyi byonna wamu bye biyitibwa 'emmeeme'.

Ensonga lwaki tulina okutegeera obulungi engeri omwoyo, emmeeme, n'omubiri gye bikolaganamu kwe kusobola okutegeera obulungi engeri emmeeme gyekolamu. Mu kukola kino, tusobola okukomyawo engeri emmeeme gyerina okukolamu eyo Katonda gyayagala. Okusobola okwewala Setaani okutufuga ng'ayita mu mmeeme, emyoyo gyaffe gye girina okuba nga gitufuga, nga gye gifuga ne mmeeme zaffe.

Enkuluze eyitibwa The Merriam-Webster's Dictionary ennyonyola bweti ekigambo 'emmeeme' nti 'kye kintu ekitalina makulu nnyo, oba ekyo ekireeta obulamu bw'omuntu okubaawo; entandikwa y'omuntu ey'omwoyo eri mu buli muntu okumutambuza'. Naye amakulu ge mmeeme mu Baibuli gawukana kw'ago.

Katonda yateeka akuuma akasobozesa obwongo okujjukira mu bwongo bw'omuntu. Obwongo bulina omugaso ogw'okujjukira ebintu. Mu ngeri eno abantu basobola okutereka okumanya mu kuuma akatereka era ne basobola okubifuna we babyagalidde. Ebyo ebyaterekeddwa mu kuuma akajjukira bwe bigibwayo, biyitibwa 'ebirowoozo'. Kwe kugamba, ebirowoozo kwe kukimayo n'okujjukira ebintu ebibadde biterekeddwa mu bwongo. Akuuma akateresi, ebyo bye katereka, n'enkola y'okubijjukira bwe biba bikwatiddwa wamu kye kiyitibwa 'emmeeme'.

Emmeeme y'omuntu esobola okugeraageranyizibwa n'okutereka obubaka, okubunoonya, saako okubukozesa mu kyuma ki kalimagezi. Abantu babeera n'obwongo basobole okujjukira n'okulowooza, n'olwekyo emmeeme nayo ya mugaso nga bwolaba omutima ku muntu.

Okusinziira ku bungi oba obutono obubaka omuntu bw'alabye, bwawulidde, era bwayingizza, era ajjukira kyenkana ki n'enkozesa gy'abukozesa kye kikola obusobozi bwe okujjukira n'amagezi byalina ebimwawula ku balala. Obusobozi bw'okubaka amangu ekimanyiddwa nga IQ ebiseera ebisinga busikirwa, naye nga busobola okukyusibwa mu bintu omuntu by'aba ayingizza ng'okusoma n'ebyo byayitamu. Wadde abantu babiri bazaalibwa n'amagezi ge gamu aga IQ, IQ esobola okufuuka eyenjawulo okusinziira ku buli omu gyakoma okufuba.

Omugaso gw'Emirimu gy'Emmeeme

Emirimu gye mmeeme giba gyanjawulo okusinziira kw'ebyo ebiri mu kuuma akatereka n'okujjukira mu bwongo. Abantu balaba, bawulira, era bakwatibwako ebintu ebimu era ne bajjukira ebintu ebyo bingi buli lunaku. Edda bajjukira ebintu ebyo basobole okwetegekera ebiseera eby'omu maaso oba okubirowoozaako basobola okwawulawo wakati w'obulungi n'obubi.

Omubiri gulinga ekibya ekirina omwoyo ne mmeeme. Emmeeme ekola omulimu gw'amaanyi okukola embala y'omuntu, engeri gye yeeyisaamu, n'engeri gyasalawo okuyita mu mulimu 'gw'okulowooza'. Okukulaakulana kw'omuntu oba okulemererwa kwesigamizibwa nnyo ku ngeri emmeeme gyekolamu.

Waliwo ekintu kino ekyabaawo ku kaalo akamu ekayitibwa Kodamuri, nga kano keesudde kiromita 110 km mu bukiika kkono bwa Kolkata, eky'omu Buyindi, mu mwaka gwa 1920. Omusumba Singh ne mukyala we baali ba minsani mu kitundu ekyo, era ne bawulira okuva mu bantu b'omu kitundu nti waaliwo ebisodde ebyalinga abantu, nga bibeera n'ebibe mu mpuku. Omusumba Singh bwe yakwata ebyali biyitibwa ebisodde, baali bantu nga bawala babiri.

Okusinziira ku kiwandiiko omusumba Singh kye yatereka, abawala bano baali bantu mu ndabika ey'okungulu. Nga naye eneeyisa yaabwe yonna yali ya kibe. Omu ku bo yafa nga tewayise bbanga ddene, so nga omuwala omulala eyatuumibwa Gamara yabeera n'abafumbo bano okumala emyaka mwenda era n'afa ekirwadde ekiva ku kirungo eky'obutwa ekyeyongera mu musaayi gwe olw'okulemererwa okulumizibwa

Nga emisana Gamara akyuka n'atunula eri ekisenge mu kisenge ekiddugavu, era nga teyeenyeenya wadde, era bwatyo ng'asumagira ne yeebaka. Naye ekiro, Ng'ayavula mpolampola mu nyumba era n'aleekaana ng'ebibe bwe bibeera. Ng'emmere agiriisa mumwa nga takozesa mikono. Ng'adduka n'emikono saako amagulu ng'akozesa emikono gye nga bw'olaba ekibe. Ng'abaana bwe bamusemberera, ng'abalaga amannyo era ng'avaawo.

Abafumbo ba Singh bagezaako okufuula omuwala ono omuntu yennyini, naye tekyali kyangu. Oluvannyuma lw'emyaka esatu olwo lwe yatandika okuliisa emikono, era oluvanyuma lw'emyaka etaano lwe yatandika okukozesa amaaso okulaga oba anyiize oba asanyuse. Okulaga engeri gye yalinga awuliramu we yafiira yali ntono ddala, ng'akola nga bw'olaba embwa ng'esanyuse ng'etenga omukira oba okusanyuka ng'esisinkanye mukama waayo.

Olugero luno lutubuulira nti emmeeme y'omuntu ekosa butereevu engeri abantu gye bafuulibwamu abantu. Gamara yakula alaba neeyisa ya bibe. Olw'okuba yali talina kyayongera ku magezi ageetaagibwa abantu, emmeeme ye yali tesobola kukulaakulana. Engeri gye yakulira mu bibe, yali tayinza kukyebeera wabula okweyisa ng'ebibe.

Enjawulo wakati w'Abantu n'Ensolo

Abantu balina omwoyo, emmeeme, n'omubiri. Ekisinga obukulu ku bino byonna gwe mwoyo. Omwoyo wa Katonda aweebwa okuva eri Katonda kubanga naye Ye mwoyo, era tegusobola kuzikizibwa. Omubiri gufa ne guddayo mu ttaka, naye omwoyo ne mmeeme bisigala ne bigenda mu Ggulu oba mu Ggeyeena.

Katonda bwe yakola ebisolo, Teyafuuwa mu nnyindo zaabyo mukka gwa bulamu nga bwe yakola ku muntu, kale ebisolo birina mubiri na mmeeme byokka. N'ebisobola nabyo birinamu akuuma akabiyamba okujjukira mu bwongo. Bibeera bisobola okujjukira bye birabye n'okuwulira mu bulamu bwabyo. Naye olw'okuba tebirina mwoyo, tebirina mutima gwa Mwoyo. Bye birabye n'okuwulira biterekebwa mu kasenge ak'obwongo akabiyamba okujjukira.

Omubuulizi 3:21 wagamba, "Ani amanyi omwoyo gw'abantu

oba nga gulinnya mu ggulu, n'omwoyo gwe nsolo oba gukka wansi mu ttaka?" Olunyiriri luno lugamba 'omwoyo gw'abantu.' Ekigambo 'omwoyo', kiyimiriddewo okutegeeza emmeeme y'omuntu, kikozesebwa kubanga, mu biseera bye Ndagaano Enkadde nga Yesu tanajja ku nsi kuno, omwoyo ogwo ogwali gwasigala mu bantu gwali 'mufu'. N'olwekyo, oba baalinga balokole oba nedda, bwe baafanga kigambibwa nti 'omwoyo' oba 'emmeeme' yali ebavuddeko. Emmeeme ya bantu 'okulinnya mu ggulu' kitegeeza nti emmeeme yaabwe teyabulangawo wabula ng'egenda mu ggulu oba mu Ggeyeena. Ku ludda olulala, emmeeme y'abantu ekka wansi ku ttaka, ekitegeeza nti ebulirawo ddala. Obutafaali bw'obwongo bwazo bufa ensolo bwe zifa era ebibadde mu bwongo nabyo biba tebikyaliwo. Biba tebikyalina mirimu gya mmeeme gyonna. Mu mboozi ezimu, kappa enzirugavu oba emisota mbu gyaddiranga abantu, kyokka emboozi ng'ezo tezirina kutwalibwa nti ntuufu.

Ebisolo birina emirimu gye mmeeme, naye emirimu gino gibeerako ekkomo gibiyamba kubeerawo. Kye biva bibeera nga bisobola okuwulira n'okukonga olusu. Bitya okufa. Bisobola okukola emputu oba ne biraga nti bitidde naye tebisobola kuwoolera ggwanga. Ebisolo tebirina mwoyo, kale tebisobola kunoonya Mukama. Olowooza ekyennyanja kisobola okulowooza ku ngeri z'okusisinkanamu Katonda nga bwe kiwuga? Kyokka ye omuntu, emirimu gy'emmeeme ye giri kumutendera mulala nnyo, era gino mizibu okusinga ku gy'ensolo. Abantu balina obusobozi okulowooza ku bintu si mu ngeri gye binaawonamu okufa yokka. Basobola okuleetawo enkulaakulana, ne balowooza ku makulu g'obulamu, oba ne bagunjaawo enjigiriza oba endowooza ez'eddiini n'ekifirosoofa.

Abantu balina emirimu gye mmeeme egiri ku ddaala erya waggulu kubanga, ku mibiri gyabwe ne mmeeme, ate bongerwako omwoyo. N'abo abantu abatakkiririza mu Katonda balina omwoyo. Ekyo kinyonnyola lwaki babeera bategeeramu akatonotona ensi ey'omwoyo era ne babamu n'okutya obulamu oluvannyuma lw'okufa. Wabula olw'okuba balina omwoyo ogulinga kyenkana ogufudde kye bava bafugibwa emmeeme. Nga bafugibwa emmeeme, babeera b'onoona n'ekivaamu kugenda mu Ggeyeena.

Omuntu ow'Emmeeme

Adamu bwe yatondebwa, kyali kitonde eky'omwoyo eyalinga awuliziganya ne Katonda. Kwe kugamba, omwoyo gwe gwe gwali mukama we ate ng'emmeeme yalinga muddu eyagonderanga omwoyo gwe. Era, ne mu biseera ebyo emmeeme yakolanga omulimu gw'okujjukira n'okulowooza, naye olw'okuba tewaaliwo gatali mazima oba ebirowoozo ebibi, emmeeme yagobereranga biragiro bya mwoyo ate nga gwo gugondera Katonda.

Naye Adamu bwe yamala okulya ku muti ogw'okumanya obulungi n'obubi n'omwoyo gwe ne gufa, yafuuka omuntu ow'emmeeme afugibwa setaani. Yatandika okuyingiza ebirowoozo saako ebikolwa ebitaliimu mazima. Bwe batyo abantu ne beeyongera okwesamba amazima, kubanga Setaani yeeyafuganga emmeeme yaabwe era n'abatwalanga eri ekkubo ery'agatali mazima. N'olwekyo, abantu eb'emeeme b'ebo nga omwoyo gwabwe gufudde era nga tebasobola kufuna kumanya kwonna okuva eri omwoyo ogwa Katonda.

Abantu ab'emmeeme abalina omwoyo omufu tebasobola kufuna bulokozi. Era bwe kityo bwe kyali ne ku Ananiya ne Safira mu kanisa eyasookawo. Bakkiririzanga mu Katonda, naye nga tebalina kukkiriza okutuufu. Baayingirwamu Setaani okulimba eri Omwoyo Omutukuvu ne Katonda. Kiki ekyabatuukako?

Ebikolwa 5:4-5 wasoma, "'Tolimbye bantu naye Katonda.' Ananiya bwe yawulira ebigambo ebyo, n'agwa n'atondoka. Entiisa nnyingi n'ekwata bonna abaawulira ebyo."

Kubanga kigamba nti 'n'agwa n'atondoka', tusobola okukitegeera nti teyali mulokole. Okwawukanako kw'oyo, ye Stefano yali musajja wa mwoyo eyagonderanga okwagala kwa Katonda. Yalina okwagala kungi okusobola okuba nti yasabira n'abo abaali bamukuba amayinja. Yateeka 'omwoyo' gwe mu mikono gya Mukama bwe yali attibwa olw'eddiini.

Ebikolwa 7:59 wagamba, "Ne bakuba amayinja Suteefano bwe yasaba n'agamba nti Mukama wange Yesu, toola omwoyo gwange!" Yafuna Omwoyo Omutukuvu ng'akkiriza Yesu Kristo era omwoyo gwe gwali gwakomawo, era bwatyo kwe kusaba nti, "...toola omwoyo gwange!" Kitegeeza nti yalokolebwa. Waliwo olunyiriri olugamba obugambi nti 'obulamu' mu kifo kya 'mmeeme' oba 'omwoyo'. Eriya bwe yazuukiza omwana wa nnamwandu ow'e Zalefaasi, wagamba nti obulamu bw'omwana ne bumuddamu nate, n'alama. "MUKAMA n'awulira eddoboozi lya Eriya, obulamu bw'omwana ne bumuddamu nate, n'alama" (1 Bassekabaka 17:22).

Nga bwe kyayogeddwa edda, mu kiseera kye Ndagaano Enkadde, abantu tebaafunanga Mwoyo Mutukuvu, era ng'omwoyo gwabwe tegusobola kuzuukizibwa. N'olwekyo,

Baibuli teyogera nti 'omwoyo' wadde ng'omwana yali mulokole.

Lwaki Katonda Yalagira Abamereki Bazikirizibwe?

Batabani ba Isiraeri bwe bali baava e Misiri nga batambula okudda e Kanani, eggye lya Abameleki ne liyimirira mu kkubo lyabwe. Tebaatya Katonda eyali ne batabani ba Isiraeri wadde nga baali bawulidde emirimu egy'amaanyi Katonda gye yalaga mu Misiri. Batta abasembi ennyuma waabwe, abanafu bonna ab'ennyuma, bwe baali bazirise era nga bakooye (Ekyamateeka olw'okubiri 25:17-18).

Katonda yalagira Kabaka Saulo okuzikiriza Abameleki olw'ekyo (1 Samwiri essuula 15). Katonda yamulagira okutta abasajja bonna, abakazi abaana, abato n'abakulu, saako ebisibo byonna.

Bwe tuba tetutegeera bintu bya mwoyo, tetusobola kutegeera kiragiro ng'ekyo. Omuntu ayinza okwewuunya, nti "Katonda mulungi era Katonda kwagala. Lwaki ateeka Ekiragiro ekikambwe bwe kityo okusanjaga abantu nga gyoli nti bisolo?"

Naye bwotegeera obukulu obw'omwoyo obuli mu kino ekyaliwo, olwo osobola okutegeera lwaki Katonda yalagira bwatyo. Ebisolo n'abyo birina obusobozi obw'okujjukira, kale bwe bitendekebwa bibeera bikijjukira era n'ebigondera bakama baabyo. Naye olw'okuba tebirina mwoyo, bijja kuddayo buzzi mu ttaka. Si bya muwendo mu maaso ga Katonda. Mu ngeri y'emu, abo abalina emyoyo emifu era nga tebasobola kulokolebwa bajja kugwa mu Ggeyeena, era ng'ensolo ezitalina mwoyo, nabo si bamuwendo eri Katonda.

Abamereki nga bo, baali bakalabakalaba era nga balina ettima. Ne bwe bandiweereddwa ekiseera ekyenkana kitya, baali tebakyalinayo mukisa gwa kukyuka oba okwenenya. Singa mu bo mwalimu omuntu yenna omutuukirivu oba eyali ayinza okwenenya oba okukyusa okuva mu makubo ge amabi, Katonda yandikoze kyonna ekisoboka okubawonya. Jjukira okusuubiza kwa Katonda nti Tajja kuzikiriza Sodom ne Gomora singa mubaamu waakiri abantu kkumi abatuukirivu mu kibuga.

Katonda ajudde okusaasira era tayanguwa kusunguwala. Naye eri Abamereki abo, baali tebakyalinayo mukisa gwonna gwa kufuna bulokozi ne bwe bandiweereddwa ekiseera ekyenkana wa. Tebaali ng'ano wabula ebisusunku ebyali eby'okusuulibwa mu kuzikirira. Eyo ye nsonga lwaki Katonda yalagira okuzikiriza Abamereki abaali bamuwakanyizza.

Omubuulizi 3:18 wasoma nti, "Ne njogera mu mutima gwange nti Kiba bwe kityo olw'abaana b'abantu Katonda alyoke abakeme, balabe nga bo bennyini bali ng'ensolo obusolo.'" Katonda bwe yabakema, tebaalina njawulo na nsolo. Abo abalina emyoyo egifudde babeera nga nsolo nga bakozesa mmeeme na mubiri byokka. Mu nsi eno eya leero ejjudde obubi, waliyo abantu bangi nnyo abasinga ne ku nsolo. Nga tebasobolera ddala kulokoka. Ku ludda olumu, ensolo zifa ne zisaanirawo ddala. Naye ku ludda olulala, bwe batalokoka, abantu balina okugenda mu Ggeyeena. Era ku nkomerero, Babeera bubi nnyo n'okusinga ensolo.

2. Emirimu gye Mmeeme Egyenjawulo mu Bbanga Erirabibwa

Mu muntu eyasooka, omwoyo gwe gwe gwali mukama w'omuntu, naye olw'ekibi Adamu kye yakola, omwoyo gwe ne gufa. Amaanyi ag'omwoyo ne gatandika okuyiika, era ago ag'omubiri ne gabeera nga gadda gali we gavudde. Okuva olwo emirimu gye mmeeme egitali gya mazima ne gitandika.

Waliwo emirimu gy'emmeeme gya mirundi ebiri. Ogumu gwa mwoyo omulala gwa mubiri. Adamu bwe yali akyali omwoyo omulamu, yalinga aweebwa mazima gokka nga gava butereevu okuva ewa Katonda. Mu ngeri eno emirimu gye mmeeme gye yalina gyali gya mwoyo. Kwe kugamba, Emirimu gye mmeeme gyali gikolera mu mazima. Naye omoyo gwe bwe gwafa, emirimu gye mmeeme egy'agatali mazima ne gitandika.

Lukka 4:6 wasoma, "Setaani n'amugamba nti Nnaakuwa ggwe obuyinza buno bwonna, n'ekitiibwa kyamu, kubanga nnaweebwa nze, era ngabira buli gwe njagala.'" Wano setaani yali akema Yesu. Setaani yagamba nti obuyinza bwamuweebwa, si kugamba nti yabulina olubereberye. Adamu yatondebwa nga mukama w'ebitonde byonna, naye n'afuuka omuddu wa setaani olw'okuba yagondera ekibi. Olw'ensonga eno obuyinza bwa Adamu bwali bwaweebwa setaani. Okuva olwo emmeeme n'efuuka mukama w'abantu era abantu bonna ne babeera wansi w'obufuzi bwa setaani.

Setaani tasobola kufuga mwoyo oba omutima gw'omuntu ogw'amazima. Afuga emmeeme z'abantu asobole okubagyako emitima gyabwe. Setaani ateeka buli kika ky'agatali mazima mu birowoozo by'abantu. Okutuuka ku ssa nti awamba engeri emmeeme y'omuntu gyekolamu, Olwo aba asobola n'okufuga omutima gw'omuntu.

Adamu bwe yali akyali omwoyo omulamu, yalina okumanya kwa mazima gokka, era n'olwekyo omutima gwe gwennyini gwali mwoyo. Naye olw'okuba empuliziganya ye ne Katonda yaggwawo, yali takyasobola kuweebwa kumanya kw'amazima oba amaanyi ag'omwoyo. Bwatyo, yatandika okukkiriza okumanya okw'agatali mazima okwavanga ewa Setaani okuyita mu mmeeme. Okumanya okw'agatali mazima kwajja okutondawo omutima ogw'agatali mazima mu mitima gy'abantu.

Menyaamenya Emirimu gy'Emmeeme egy'Omubiri

Obaddeko ebigambo by'oyogera oba okubaako ebintu by'okola nga wali tolowoozangako nti olibikola oba okubyogera? Kino kibaawo lwakuba abantu bafugibwa emeeme. Olwokuba emmeeme ebisse omwoyo, emyoyo gyaffe gisobola okuddamu okukola singa tumenyaamenya emirimu gye mmeeeme nga gino gya mubiri.

Olwo, tusobola tutya okumenyaamenya emirimu gye mmeeme egy'omubiri? Ekintu ekisinga obukulu kwe kuba nti tulina okumanya nti okumanya kwaffe n'ebirowoozo si bituufu. Olwo lwokka lwetusobola okuba nga tuli beetegefu okukkiriza Ekigambo eky'amazima, nga kino kyawukana ku birowoozo byaffe.

Yesu yakozesanga engero okusambajja ebirowoozo by'abantu (Matayo 13:34). Baali tebasobola kutegeera bintu bya mwoyo kubanga ensigo yaabwe ey'obulamu yali yatugibwa emmeeme, kale Yesu kwe kugezaako okubayamba bategeera okuyita mu ngero ng'ayogera ku bintu by'ensi eno. Kyokka Abafalisaayo n'abayigirizwa Be bonna tebaamutegeera. Buli kimu baakivvunulanga n'amagezi gaabwe saako ebirowoozo ebitaliimu mazima, kale baali tebasobola kutegeera kintu kyonna eky'omwoyo.

Bannamateeka b'ekiseera ekyo baasalira Yesu omusango

okuwonya omuntu ku lunaku olwa Ssabbiiti. Bw'olowooza n'amagezi amazaale, osobola okulaba nti Yesu yali musajja eyali amanyiddwa era ng'ayagalibwa Katonda kubanga yakolanga amaanyi nga Katonda yekka ye yali ayinza okugakola. Naya bannamateeka abo baali tebasobola kutegeera mutima gwa Katonda olw'ennonno z'abakadde n'ebyo obwongo bwabwe bwebyakkiriziganyanga nabyo. Yesu yagezaako okubayamba bamanye nti endowooza zaabwe nkyamu n'ebyo bye bamanyi.

Lukka 13:15-16 wagamba, "Naye Mukama waffe n'amuddamu n'agamba nti Bannanfuusi, buli omu ku mmwe ku lunaku lwa ssabbiiti tayimbula nte ye oba ndogoyi ye mu kisibo, n'agitwala okuginywesa? Era oyo omwana wa Ibulayimu eyasibirwa Setaani, laba, emyaka kkumi na munaana, tagwanidde kusumululwa mu busibe obwo ku lunaku lwa ssabbiiti?'"

Ng'ayogera bino, bonna abaali bamwesimbyeemu baaswala; era ng'ekibiina kyonna kiri mu kujaganya olw'ebintu byonna ebitenderezebwa ebyali bikoleddwa Ye. Era mu butuufu, baafuna omukisa okutegeera endowooza zaabwe nga bwe zaali enkyamu. Yesu yagezaako okuggyawo endowooza z'abantu kubanga engeri yokka gye baali bayinza okuggulawo emitima gyabwe, ng'ebirowoozo byabwe babirabye nti tebiriimu.

Katutunuleko mu Kubikkulirwa 3:20, awasoma nti:

Laba, nnyimiridde ku luggi, nneeyanjula; omuntu yenna bw'awulira eddoboozi lyange, n'aggulawo oluggi, nnaayingira gy'ali era nnaaliira wamu naye, naye Nange.

Mu lunyiriri luno,'oluggi' kabonero akalaga omulyango gw'ebirowoozo, gamba nga 'emmeeme'. Mukama akonkona ku luggi lw'ebirowoozo byaffe n'Ekigambo eky'amazima. Mu kiseera kino bwe tuggulawo omulyango ogw'ebirowoozo byaffe, kwe kugamba bwe tumenyaamenya emmeeme yaffe era ne tukkiriza Ekigambo kya Mukama, omulyango ogw'emitima gyaffe gujja kuggulibwawo. Mu ngeri eno, Ekigambo kye bwe kijja mu mutima gwaffe, tutandika okutambulira mu Kigambo kya Katonda. Kuno kwe 'kuliira' awamu ne Mukama. Bwe tukkiriza ekigambo kye ne 'Amiina', wadde ng'Ekigambo kye tekikwatagana na birowoozo byaffe oba enjigiriza, olwo, tusobola okumenyaamenya agatali mazima agatambuzibwa emmeeme.

Nga bwe kinnyonyoddwa, tulina kusooka kuggulawo luggi lw'ebirowoozo byaffe olwo n'oluggi lw'emitima gyaffe nalwo ne luggulwa, enjiri okusobola okutuuka ku nsigo ey'obulamu, ng'eno yeetooloddwa emmeeme ya bantu. Kibanga omugenyi ng'akyadde mu maka amalala. Omugenyi akyali ebweru okusobola okusisinkana gw'akyalidde, alina okuggulawo oluggi olunene, nayingira mu nyumba, era naggulawo oluggi olugenda mu ddiiro.

Engeri nnyingi eziyitibwamu okumenyaamenya emirimu gye mmeeme ey'omubiri. Okuganya abantu okuggulawo oluggi lw'ebirowoozo byabwe n'omutima gwabwe okukkiriza enjiri, kubanga abantu abamu kiba kisingako okubannyonnyola lwaki kiri bwe kityo, ate nga abalala kisingako okubalaga amaanyi ga Katonda oba okubawa ebifaananyi ebirungi oba engero. Era, tulina amangu ddala okumenyaamenya agatali mazima agatambuzibwa emmeeme mu kukula kw'okukkiriza eri abo abakkiriza edda enjiri. Waliwo abakkiriza bangi abatagenda mu maaso mu kukula mu kukkiriza ne mu mwoyo. Kino kiba bwe kityo lwakuba tebeeyongera kutegeera bya mwoyo olw'emirimu gye mmeeme ey'omubiri.

Okukolebwa kw'Ebirowoozo

Ffe okusobola okuba n'emirimu gye mmeeme egy'egombebwa, tulina okutegeers engeri okumanya nga kuno kuyingizibwa mu bwongo bwe kusigala nga birowoozo ebijjukirwa. Olumu tulaba oba okuwulira ebintu ebimu, kyokka mu dda ne tuba nga tetukyabijjukira bulungi. Kyokka olulala ne tujjukira ekintu bulungi nnyo nga tetukyerabira wadde ng'ekiseera kinene kiyiseewo. Enjawulo eno eva ku ngeri eyakozesebwa mu kuyingiza ebintu mu kuuma akajjukira.

Engeri esooka ey'okuyingiza obubaka mu bwongo kwe kulaba ekintu nga si kyogenderedde. Tuwulira oba okulaba ekintu, naye ne tutakifiirako ddala. Katugambe oddayo mu kyalo ng'okozesa eggaali y'omukka. n'olaba ennimiro y'eng'ano n'ebimera ebirala. Naye bw'oba olina ebirala by'olowoozaako, bw'otuuka mu kyalo oba tojjukira bulungi bye walabye bwe wabadde ku ggaali y'omukka. Era, abayizi bwe babeera balina bye balowoozaako nga bali mu kibiina, babeera tebajjukira byasomeseddwa.

Ey'okubiri, yengeri ey'obutateekayo nnyo mulaka mu kuyingiza obubaka. Bw'olaba ennimiro y'engano ebweru w'eddirisa, ogikwataganya ne bazadde bo. Olowooza ku taata wo ng'alima bw'olaba ennimiro eyo, era edda obeera tojjukira bulungi kye walabye. Era, ne mu kibiina, abayizi babeera bajjukiramu katono omusomesa bye yabadde asomesa. Basobola okujjukira bye baawulidde ng'essomo lya kaggwa , naye bajja kubyerabira nga wayiseewo ennaku.

Ey'okusatu, kwe kusimba omulaka ku bubaka. Bw'oba nga

naawe oli mulimi, bw'olaba ennimiro y'eng'ano n'ebimera ebirala, ojja kussaayo omwoyo kw'ekyo ky'olaba. Olaba n'obwegendereza engeri ennimiro gy'erabirirwamu, oba ebisiikirize gye byazimbibwamu, era obeera oyagala naawe bw'oba obikola mu nnimiro yo. Oteekayo omwoyo era n'okisimba bulungi ku bwongo, obeere ng'osobola okujjukira buli kimu ne bw'onooba otuuse mu kyalo. Era, mu kibiina, katugambe omusomesa n'agamba nti, "Tugenda kuba n'ekigezo nga mmaze okubasomesa. buli kibuuzo ky'ogwa kikutoolako obubonero butaano." Awo, abayizi bajja kugezaako okussaayo omwoyo basobole okujjukira ebyo ebisomeseddwa. Enyingiza y'obubaka ey'ekika kino, omuntu ajja kulwawo ko ng'ajjukira okusinga ezisoose ebbiri.

Ey'okuna, kwe kusimba mu bwongo ne mu mutima. Katugambe olaba firimu ekwasa ennaku. Omuzannyi n'omusaasira era n'otwalibwa firimu n'otuuka n'okukaaba ennyo. Mu ngeri eno, olugero luno terujja kukoma kusimbibwa mu bwongo wokka wabula ne mu mutima. Kwe kugamba, obubaka busimbibwa mu mutima gwo olw'ekyo kye wawulidde ng'olaba ne mu bwongo. Ebintu ebiyingiziddwa mu bwongo ne mu mutima bijja kusigala okujjako ng'obwongo bufunye ekizibu. Era, wadde obwongo bufunye ekizibu, ekyo ekyawandiika ku mutima kisigalako.

Omwana omuto bw'alaba nga nyinna agwa ku kabenje n'afa, ng'ajja kutya nnyo! Mu ngeri eno, ekyo kyalabye n'ennaku gyawulira bijja kusimbibwa ku mutima gwe. Bisimbibwa mu bwongo bwe ne mu mutima nga kimubeerera kizibu okukyerabira. Tutunuulidde engeri ennya eziyingizibwamu ebyo ebijjukirwa. Bwe tutegeera kino obulungi, kijja kutuyamba okufuga emirimu gye mmeeme.

Ebintu By'oyagala Okwerabira, kyokka nga Bibeera Bikomawo

Olumu, tujjukira ebintu bye tutayagala kujjukira. Lwaki kiri bwe kityo? Kino kibaawo lwakuba bisimbiddwa mu bwongo ne mu mutima saako ne n'engeri omuntu gyawulira ku kyabaawo.

Katugambe olina omuntu gw'otayagala. Buli lw'omulowoozaako, obonaabona olw'obukyayi bw'olina gyali. Mu mbeera eno, olina okusooka okulowooza ku Kigambo kya Katonda. Katonda atugamba n'okwagala abalabe baffe, era Yesu yasaba abo abaali bamukomerera basonyiyibwe. Ekika ky'omutima Katonda gwayagala gwe gujjudde obulungi n'okwagala, kale tulina okusikayo agatali mazima agaweebwa omulabe setaani.

Ebiseera ebisinga bwe tulowooza ku nsonga enkulu, tutegeera nti abalala tubakyawa olw'ebintu ebitaliimu. Tusobola okutegeera ekyo kye tutagondera okusinziira ku Kigambo kya Katonda bwe twetunulamu nga tukozesa essuula mu 1 Bakkolinso eye 13 awagamba nti tulina okunoonya ebya balala, obuteekulumbaza, okutegeera abalala. Bwe tuzuula nti tetweyisa mu butuukirivu, obukyayi mu mitima gyaffe mpolampola bugenda buvaawo. Bwe tuwulira n'okukola obulungi mu kusooka, tetulina kubonaabona na birowoozo bibi. Wadde omulala akoze ekintu ky'otayagala, toyinza kumukyawa kasita obeera nga ebirowoozo byo birungi, "Birina okuba n'ensonga."

Tulina Okumanya Ekiyingira kiki wamu N'agatali mazima

Kati, kiki kye tuyinza okukolera agatali mazima ge twayingiza edda agali awamu n'engeri gye tuwulira etaliimu mazima?

Ekintu bwe kiba nga kisimbiddwa munda ddala ew'omutima gwo, obeera okijjukira ne bw'oba togenderedde kukirowoozaako. Mu ngeri eno, tulina okukyusa engeri gye tuwuliramu buli lwe tylowooza ku nsonga eyo. Mu kifo kyokugezaako obutakirowoozaako, kyusa ekirowoozo. Eky'okulabirako, osobola okukyusa ku ngeri gy'olowoozaamu ku muntu gw'otayagala. Osobola okutandika okukirowoozaako mu ngeri eno, nti osanga singa nange nali mu bigere bye bwe ntyo bwe nandikoze nga bwe yakola.

Era, osobola okulowooza ku bintu byakola obulungi era n'omusabira. Bw'ogezaako okwogera naye kozesa ebigambo ebirungi era ebizzaamu amaanyi, muweeyo obulabo, era mulage okwagala, obukyayi bw'omuwulirako bujja kufuuka okwagala. Olwo, ojja kuba tokyabonaabona buli lw'onoomulowoozaako.

Bwe nali sinnakkiriza Mukama, nga ndi ku ndiri okumala emyaka musanvu, nnali n'akyawa abantu bangi. Nnali sirina ddagala lisobola kumponya era nga sirina ssuubi lyonna lya kuwona. Nga buli lunaku amabanja ganeeyongera era nga n'amaka gange gabulako katono okusasika. Mukyala wange ye yalina okutubeezaawo nga n'abeng'anda zange tebakyatwagala kubanga twali tubafuukidde omugugu.

Enkolagana gye nalina ne baganda bange yonna ne ggwawo. Mu kiseera ekyo nga ndowooza ekintu kimu kyokka, ye mbeera enzibu gye nalimu, era ne mbakyawa olw'okundekulira. Nga mukyala wange mulinako akakuku kubanga yagiranga nakwatamu ebibye n'agenda, n'abeewaabwe bonna abampisa obubi nga baanjogerera. Buli lwennabalabanga nga bantunuulira n'amaaso ag'obukyayi, obukyayi bwe nalina gye bali nga bweyongera. Naye olunaku lumu obukyayi obwo bwagenda.

Bwe nnakiriza Mukama era ne mpuliriza Ekigambo kya Katonda, n'ategeera ensobi yange. Katonda atugamba twagale abalabe baffe era Yawaayo omwana We omu yekka nga ssaddaaka etangirira ku lwaffe. Naye nali muntu wa kika ki okuba nga nali mpalana n'okukyawa! Nnatandika okukirowoozaako bwe nti. Singa nze eyalina mwannyinaze n'afumbirwa omusajja ateesobola. Ng'alina okukola ennyo okusobola okwebeezaawo. Olwo, embeera eyo nandigirowoozezzaako ki? Bwe natandika okweteeka mu bigera byabwe, nasobola okubategeera, era n'endaba ng'omusango gwonna gwali ku nze.

Bwe nakyusa engeri gye nali ndowoozaamu, n'atandika okwebaza abeewa mukyala wange. Olumu baatuwanga omucceere oba ebyetaago, ne neebaza olw'ekyo. Era, mu biseera ebyo ebizibu, Nakkiriza Mukama n'okumanya ku bikwata ku Ggulu, kale ekyo nakyo ne nkyebaliza Mukama. Bwentyo Nneebaza olw'okulwala n'olw'okusisinkana mukyala wange. Era obukyayi bwonna bwe nalina ne bufuukamu okwagala.

Enkola ze Mmeeme Eyagatali Mazima

Bw'oba olina enkola ze mmeeme eyagatali mazima, teweekosa wekka wabula n'abantu abakwetoolodde. Kale, kati katutunuulire embeera eza bulijjo emmeeme mwezikolera ezitaliimu mazima ze tutera okusanga mu bulamu bwaffe obwa bulijjo.

Esooka, kwe kutegeera obubi abalala n'okulemererwa okutegeera oba okukkiriza abalala.

Abantu batandika okubaako ebintu bye bagala, bye bakkiriza

okukola ne bye batakola, n'engeri gye bategeeramu ekyo ekiyitibwa ekituufu. Abantu abamu bagala engoye ze bambala zibe nga zaabwe bokka era nga ziteereddwamu obungodiira bungi, ate abalala bagala kintu kyangungu nga tekiriimu bintu bingi. Ne firimu emu, abamu bagyagala ate abalala n'etabanyumira.

Olw'enjawulo zino, tutandika okuba nga tetuwulira bulungi olw'abalala abalina eby'enjawulo ku byaffe nga tetukigenderedde. Omuntu omu musanyufu era akwatagana na buli omu, era tekimugaana kwogera ku kyatayagala mu lujjudde. Omuntu omulala tekimwanguyira kwogera ku ngeri gyawuliramu, era alwawo okusalawo ku kintu kubanga alowooza ku buli kuntu mu bujjuvu. Ku ludda olumu, eri eyasoose, asembyeyo abeera akola mpola ebintu bye era nga yeekululu. Ku ludda olulala, asembyeyo alaba nga asoose apapa nnyo n'okupakuka era aba tayagala na kumwesembereza.

As in the allegory, guba mulimu gwa mmeeme eyagatali mazima bw'oba nga tosobola kutegeera oba okukkiriza abalala. Bwe tuba nga twagala ebyo byokka bye twagala, era nga tulowooza nti ekyo kye tulowoozo okuba nga kituufu kye kituufu olwo tuba tetusobol kutegeera balala wadde okubakkiriza.

Eky'okubiri, kwe kusalira abalala omusango.

Okusalira abalala omusango kwe kumaliriza mu mutima gwo nti omuntu ekimutuuseeko kimusaanidde oba akoze kikyamu okusinziira ku ndowooza zaffe oba ekyo kye tuwulira. Mu nsi ezimu, guba muze okunyiza ng'otudde ku lujjuliro. Mu nsi endala, tekirina buzibu n'akatono. Mu nsi ezimu kibi okusuula emmere kyokka mu nsi endala tekirina buzibu era nga ziba mpisa nnungi okulekako emmere ku sowaani.

Omuntu omu bwe yalaba munne nga'liisa engalo n'amubuuza oba nga ziba nnyonjo okuziriisa. N'amuddamu, "Engalo zange nzinaabye, kale nkakasa nti nyonjo. Naye simanyi wuuma oba obwambe obwo gye babwoleza. N'olwekyo, engalo zange zisingako obuyonjo." Kisinziira ku wa gye twakulira na biki bye twayigirizibwa, engeri omuntu gyawuliramu ku nsonga ezimu n'ebirowoozo bijja kwawukana ne mu mbeera y'emu. N'olwekyo, tetulina kusalira balala misango nti bakyamu oba batuufu nga tukozesa amagezi g'omuntu, nga kubanga si ge mazima.

Abamu basalira banaabwe emisango nga balowooza nti abalala n'abo bajja kukola nga bwe bakola. Aba abalimba balowooza nto nabalala kye bajja okukola. Abo abanyumirwa olugambo balowooza nti n'abalala bajja kukola kye kimu.

Katugambe olabye omusajja n'omukazi b'omanyi obulungi nga bayimiridde wamu ku wooteeri emu. Oyinza okusala omusango ng'olowooza nti, "Balabika babadde mu wooteeri eyo bombi. Ate n'okwetunuulira beetunuulidde mu ngeri ya njawulo."

Naye toyinza ku kimanya oba abantu bano babadde balina bye boogerako nga batudde we bagabira emmere oba n'okuba nga beesanze bwesanzi mu kifo kye kimu. Bw'obasalira omusango era n'otandika okubakolokota era n'obitambuza ne mu bantu abalala, omusajja n'omukazi abo bayinza okubonaabona ennyo olw'olugambo olutali lutuufu.

Okwogera ebitali ku mulamwa nakwo kuva kukusalira balala musango. Bw'obuuza omuntu atera okutuuka ekikeerezi, "Wazze ssaawa ki leero?" asobola okuddamu nti, "Saatuuse kikeerezi leero." Omubuuzizza ekintu kimu nti yatuuse ssaawa mmeka, naye yalowoozezza nti oyinza okuba omusalira musango era n'addamu mu ngeri etali ntuufu.

1 Abakkolinso 4:5 wasoma nti, "Kale temusalanga musango gwa kigambo kyonna, ebiro nga tebinnatuuka, okutuusa Mukama waffe lw'alijja, alimulisa ebikwekebwa eby'omu kizikiza, era alirabisa okuteesa okw'omu mitima, buli muntu n'alyoka aweebwa ettendo lye eri Katonda."

Waliwo okusala emisango kungi n'okukolokota mu nsi muno, si eri omuntu kinnoomu naye ne mu maka mwe kiri, mu bitundu, mu by'obufuzi, ne ku ddaala ery'ensi yonnai. Obubi obw'ekikula ekyo buleetawo kulwanagana era ne buleeta oennaku. Abantu babeera basalira banaabwe emisango naye nga tebakitegeera na kukitegeera. Kale olumu kye basaze kiyinza okuba ekituufu, naye ebiseera ebisinga tekiba kituufu. Wadde batuufu, okusalira abalala omusango kibi era Katonda akigaana, kale tetulina kusala misango.

Eky'okusatu, Kwe Kuvumirira.

Abantu tebakoma kukusala musango nga bakozesa ebirowoozo byabwe kyokka bagattako n'okuvumirira. Abantu abamu babonaabona nnyo mu bwongo nga kiva ku ngeri gye bavumiriddwamu. Okusalira banaffe emisango n'okubakolokota bitera nnyo okubaawo mu bulamu bwaffe obwa bulijjo. Omuntu akuyitako buyisi nga takubuuzizza, oyinza okumwogerera ng'ogamba akuyiseeko ng'akigenderedde. Ayinza okuba yabadde takutegedde oba nga yabadde alina bingi byalowoozaako, naye gwe n'ogenda mu maaso n'okumuvumirira n'ebiroowo byo.

Eyo yensonga lwaki Yakobo 4:11-12 watulabula nti:

Temwogeraganangako bubi, ab'oluganda. Ayogera obubi ku w'oluganda, oba asalira omusango ow'oluganda, ayogera obubi ku mateeka, era asalira musango mateeka, naye bw'osalira omusango amateeka, nga toli mukozi wa mateeka wabula omusazi w'omusango. Eyateeka amateeka era omusazi w'omusango ali omu oyo ayinza okulokola n'okuzikiriza, naye ggwe asalira omusango munno ggwe ani?

Okusalira abalala omusango oba okubavumirira kwe kwemanya okweyisa nga Katonda. Abantu ab'ekika ekyo beesalidde dda omusango. Ate kiba kibi nnyo omuntu bwavumirira ebintu eby'omwoyo. Abantu abamu bavumirira emirimu gya Katonda egy'amaanyi oba ekigendererwa kya Katonda nga basinziira ku bwongo bwabwe kye bubagamba saako okumanya.

Omuntu bwagamba, " Mponyezeddwa endwadde etawona okuyita mu kusaba!" olwo abo abalina omutima –omulungi bajja kukikkiriza. Naye abalala bajja kutandika okuvumirira ekyayogeddwa nga bwebalowooza, "Endwadde eyo esobola etya okuwona mu kusaba obusabi? Ebyuma birabika byalaba bubi oba alowooza ateredde."Abalala bayinza n'okumuvumirira nga bagamba nti alimba. Bayinza n'okuvumirira saako okuwakanya ebyo ebyogerwako mu Bible nga Ennyanja Emyufu okweyawulamu, Omwezi n'enjuba okuyimirira mu kifo kimu, n'amazzi amakaawu okufuuka agawooma, nga bagamba ezo mboozi buzoozi.

Abantu abamu bagamba nti nzikiririza mu Katonda kyokka bavumirira n'okuwakanya emirimu gy'Omwoyo Omutukuvu. Omuntu bw'agamba nti amaaso ge ag'omwoyo gaazibuddwa nabeera ng'asobola okulaba ebifa mu nsi ey'omwoyo, nti oba asobola okuwuliziganya ne Katonda, bamala gogera nga bagamba nti mukyamu nti era ebintu ebyo tebiriiyo. Emirimu ng'egyo ne mu Baibuli gyalimu, naye bavumirira ebintu ebyo nga bakozesa enteegera y'ebyo bye bakkiririzaamu.

Mu biseera bya Yesu waaliyo abantu bangi bwe batyo. Yesu bwe yawonya abalwadde ku ssabbiiti, bandibadde batunuulira eky'okuba nti amaanyi ga Katonda gaalabisibwa okuyita mu Yesu. Singa tekwali kwagala kwa Katonda, omulimu ng'ogwo tegwandikoleddwa okuyita mu Yesu. Naye Abafalisaayo baavumirira n'okuwakanya Yesu, omwana wa Katonda, nga bakozesa ebyo obwongo bwabwe bwe bisobola okutegeera. Bw'owakanya n'okukolokota emirimu gya Katonda, ne bwe kiba nti olw'okuba amazima togamanyi bulungi, kiba kikyali kibi ky'amaanyi. Olina okuba omwegendereza ennyo kubanga tojja kubeera ng'osobola okwenenya singa owakanya, okwogera obubi, oba okuvvoola Omwoyo Omutukuvu.

Engeri ey'Okuna emmeeme gy'ekolamu mu ngeri etali y'amazima kwe kuwoomereza ebyo by'oyogera oba okubikyusa.

Bwe tuba tulinako obubaka bwe tuwa, tutera okutwalirizibwa kye tuwulira saako ebirowoozo kale obubaka ne buba nga bujunguluddwa. Wadde ng'ebigambo byennyini tetubikyusizzaamu, amakulu agasoose agagendereddwa gasobola okukyusibwa okusinziira ku maaso gaffe kye galaga wamu n'engeri ebigambo gye byogerwamu. Eky'okulabirako, ne bwetuyita omuntu nga tukozesa ekigambo "ggwe!", bw'okozesa eddoboozi ery'omukwano oba eggonvu, n'okukozesa ebbogo amakulu g'aba ganjawulo ddala. Ate nga bwe tuba tetusobola kutuusa bubaka mu ngeri yennyini eyagendereddwa nga tubukyusa n'ebigambo byaffe, amakulu agasooka agagendereddwa gakyusibwa.

Tusobola okusanga eby'okulabirako bino ne mu bulamu bwaffe obwa bulijjo, okwongera ssupu mu kintu oba okufunza ku ebyo ebyayogeddwa. Olumu, amakulu gennyini ne gakyusibwa. "Ekyo si kituufu?" n'ekifuuka "kituufu, si kye kyo?" ne "Tuteekateeka..." oba "Tuyinza..." n'ekifuuka "kirabikanga ffe abanaa..."

Naye bwe tuba n'emitima egy'amazima, tetujja kukyusa mazima n'endowooza zaffe. Tujja kuba tusobola okutuusa ku bantu obubaka mu ngeri yennyini okutuuka ku ssa nti tweggyako emitima emibi n'embala enkyamu ng'okwenoonyeza ebyaffe, nga tukyusakyusa mu bubaka, okwanguwa okusala emisango, n'okwogera obubi ku balala. Okutandika ne Yokaana 21:18 kye Kigambo kya Mukama Yesu ku kuttibwa kwa Peetero. Wagamba, "Ddala ddala nkugamba nti Bwe wali omuvubuka, weesibanga n'ogenda gy'oyagala yonna, naye bw'olikaddiwa, oligolola emikono gyo, omulala alikusiba alikutwala gy'otayagala."

Awo, Peetero n'ayagala n'okumanya ebya Yokaana era n'abuuza ekibuuzo. "Mukama wange, n'ono aliba ki?" (olu. 21) Awo, Yesu n'amugamba, "Bwe njagala abeerewo okutuusa we ndijjira, ofaayo ki? Ggwe gobereera Nze!" (olu. 22) Olowooza obubaka buno bwatuusibwa butya ku bayigirizwa abalala? Baibuli egamba nti baagamba nti omuyigirizwa tajja kufa. Yesu yali ategeeza nti tebwali buvunaanyizibwa bwa Peetero okufa ku Yokaana, Yokaana ne bwe yandibaddewo okutuusa Mukama lwalidda. Naye abayigirizwa batuusa obubaka bulala nnyo nga bagasseemu endowooza zaabwe.

Engeri ey'okutaano endowooza etazimba oba okuwalana

Olw'okuba tulina bwe tuwulira mu ngeri ey'omubiri, nga okuggwamu amaanyi, okuwulira ng'oyisiddwamu amaaso, okuba n'obugya, okunyiiga, n'okuba n'obukyayi obw'amaanyi, tuba tukolebwamu emirimu gye mmeeme egitali gy'amazima. Ekigambo ne bwe kiba kimu ffenna kye tuwulira buli omu akitwala bulala okusinziira ku ngeri gye tuwulira munda.

Katugambe mukama w'abantu mu kampuni emu agamba abakozi be, "Temusobola kukola kusingako awo?" nga bwayogera ku nsobi eyakoleddwa. Mu mbeera eno, abantu abamu bajja kukitwala mu bwetowaaze era bamwenyeemu nga bagamba, "Ye ssebo, Njakugezaako okusingako awo omulundi omulala." Naye abo abalina okwemulugunya ku mukama waabwe ono basobola okutandika okumuwalana oba n'okunyiiga olw'ebyo ebibagambiddwa. Basobola okulowooza, 'Bwatayogera bubi tetutegeera?' oba 'Ate ye nga teyeeraba? Nga n'omulimu gwe tagukola bulungi.'

Oba, Mukama wo n'akuwabula ng'agamba, "Nze ndowooza kyandisinzeeko singa wano otereezezzaawo bw'oti." Awo, abamu ku mmwe mujja kukikkiriza era mugambe, "ekyo nakyo kirungi. Webale amagezi ago,"era n'olowooza ne ku magezi agakuweereddwa. Naye abantu abamu mu mbeera eno bawulira bubi era balaba ng'abatwalibwa nti tebalina kye bamanyi. Olw'engeri eno embi gye bawulira, olumu beemulugunya nga bagamba, 'N'akoze kyonna kyensobola okuba ng'omulimu guno ngukola bulungi, kale amala atya g'ogera kintu ng'ekyo? Oba yeeraba ng'asobola nnyo, lwaki takyekolera?'

Mu Baibuli, tusoma ku Yesu ng'anenya Peetero (Matayo 16:23). Ekiseera kya Yesu eky'okugenda ku musaalaba bwe kyatuuka, Yaganya abayigirizwa okumanya ekyali kigenda okubaawo. Peetero yali tayagala mukama we kubonaabona mu ngeri eno era n'agamba, "Nedda, Mukama wange! Ekyo tekirikubaako n'akatono" (olu. 22).

Mu kiseera kino, Yesu teyagezaako kumubudaabuda nti oba agambe, "Mmanyi munange bw'owulira. Era weebale kuyimirira nange. Naye munange nina okugenda." Wabula, Yamunenya ng'agamba, "Dda ennyuma wange, Setaani! Oli nkonge gye ndi, kubanga tolowooza bya Katonda, wabula eby'abantu" (olu. 23).

Kubanga ekkubo ery'obulokozi lyali lijja kuggulibwawo ab'onoonyi nga Yesu amaze kugenda ku musaalaba, okugezaako okumulemesa kino kwali nga kulemesa kigendererwa kya Katonda. Wabula wadde yagambibwa bwatyo Peetero kino teyakitwala mu mutima mubi kubanga yali akkiriza nti buli Yesu kyeyakolanga kyalina amakulu. N'omutima ogwo omulungi, Peetero mudda yafuuka omutume eyakola ebintu ebingi eby'amaanyi ga Katonda.

Ku ludda olulala, kiki ekyatuuka ku Yuda Isukalyoti? Mu Matayo 26, Malyamu ow'e Bessaniya bwe yafuka eccupa ey'amafuta ag'omuwendo omungi ennyo ku Yesu. Yuda yalowooza nti kwali kugonoona. N'agamba nti, "Kubanga gano singa gatundiddwa gandivuddemu ebintu bingi, okuwa abaavu" (olu. 9). Naye nga ekya ddala yali ayagala kubba sente ezo.

Wano, Yesu yatendereza Malyamu kye yali akoze mu nteekateeka ya Katonda kino kyali kya kumuteekateeka mu kuziika Kwe. Era, Yuda Isukalyoti yalina endowooza embi era nga yeemulugunya ku Yesu kubanga Yesu teyakkiriziganya na bigambo bye. Era yamala n'akola ekibi ekinene ennyo ng'ateekateeka okulya mu Yesu Olukwa ng'amutunda.

Leero, abantu bangi balina emirimu gye mmeeme nga gitambulira mu bbo era nga giri bweru w'amazima. Naye ne bwetulaba ebintu, tetujja kuba na mirimu gya mmeeme gitukoleramu kasita tetugikkiriza kututwaliriza olw'ebyo bye tuwulira mu ffe. Bwe tulaba ekintu, tulina kukoma ku ddala lya kulaba. Tetulina kukozesa ndowooza zaffe kusala misango wadde okuvumirira, nga kino kiba kibi. Okwekuumira mu mazima, kiba kirungi n'otalaba oba okuwulira kintu kyonna ekitaliimu mazima. Naye bw'oba olina okusisinkana ekintu kyonna ekitaliimu mazima, tusobola okwekumira mu bulungi era ne tulowooza saako okubitwala mu bulungi.

3. Enzikiza

Setaani alina amaanyi g'ekizikiza ge gamu nga Lusifa galina era agakozesa okuleetera abantu okuba n'endowooza embi, emitima emibi saako okukolera mu bubi.

Ekivaamu, giba emyoyo emibi egituleetera okuba n'emirimu gy'emeeme nga gikola mu ffe nga gino giba gy'agatali mazima. Ensi y'emyoyo emibi yakkirizibwa Katonda okubaawo okusobola okutuukiriza ekigendererwa ky'okuteekateeka omuntu. Girina obuyinza ku bbanga okuteekateeka abantu ng'eno kugenda mu maaso. Abaefeso 2:2 wagamba, "...bye mwatambuliramu edda ng'emirembe egy'ensi eno bwe giri okugobereranga omukulu w'obuyinza obw'omu bbanga, omwoyo ogukoza kaakano mu baana abatawulira."

Katonda yabaganya okufuga entambula y'ekizikiza okutuuka mu kiseera Katonda lw'anaakomekkereza okuteekateeka abantu.

Emyoyo emibi egy'ekizikiza girimba abantu okwonoona n'okuwakanya Katonda. Nagyo gikolera ku biragiro ebikaali. Mukama waagyo, Lusifa, yafuga ekizikiza, ng'awa ebiragiro n'okufuba emyoyo emibi egiri wansi we. Waliwo ebitonde ebirala bingi ebiyamba Lusifa. Waliwo agasota aganene agalina amaanyi gennyini saako malayika waago (Laba: Okubikkulira 12:7). Waliwo ne Setaani, ne dayimooni.

Lusifa, Akulira Ensi ey'Ekizikiza

Lusifa yali malayika omukulu eyatenderezanga Katonda n'eddoboozi eddungi saako okukuba ebyuma. Nga yeeyagalira mu kifo ekyo ekya waggulu n'obuyinza olw'okuba yali ayagalibwa nnyo nnyo Katonda, bwatyo n'atandika okwemanya era n'alya ne mu Katonda olukwe. Okuva kw'olwo, endabika ye ennungi ate yafuuka etiisa. Isaaya 14:12 wasoma,"Ng'ogudde okuva mu ggulu, ggwe emmunyeenye ey'enkya, omwana w'enkya! ng'otemeddwa okutuuka ku ttaka, ggwe eyamegganga amawanga!"

Leero, nga n'okukitegeera tebakitegedde, abantu bafaanana endabika ya Lusifa mu misono gy'enviiri zaabwe ezitali za bulijjo n'engeri gye bawundamu mu maaso. Okuyita mu misono emipya mu nsi, Lusifa afugiramu endowooza n'ebirooza by'abantu nga bwayagala. Kwe kugamba, Lusifa alina kinene nnyo kyakola mu ngeri ennyimba gye zitambulamu mu nsi.

Asikiriza n'abantu okwonoona saako okugyeema okuyita mu bintu ebyanguya obulamu bwa bantu gamba nga ebyuma bikalimagezi. Alimbalimba abafuzi ababi okuwakanya

Katonda. Ensi ezimu mu lwatu ziyigganya Obukristaayo. Bino byonna bikolebwa ng'omukazi ono Lusifa yabisindikiriza oba okubiteekamu amaanyi.

Era, Lusifa akema abantu okuyita mu bintu eby'enjawulo ng'obulogo, ne by'obufuusa, era n'aleetera abalogo n'abafuusa okumusinza. Omukazi ono Lusifa afuba nga bwasobola okubaako waakiri emmeeme endala gyatwala mu Ggeyeena n'okuleetera abantu okuwakanya Katonda.

Agasota Aganene ne Bamalayika Baago

Agasota aganene geeyisa nga ge gakulira emyoyo emibi nga gali wansi wa Lusifa. Abantu balowooza nti agasota gano aganene tegaliiyo wabula bagalowoozaako bulowooza. Naye ng'agasota ddala gye gali mu nsi ey'emyoyo emibi. Ekiriwo nti tagalabika kubanga bitonde bya mwoyo. Abantu ekifaananyi kye basinga okuba nakyo eky'agasota, kwe kuba n'amayembe nga ag'entulege, amaaso aga dayimooni, n'amatu agalinga ente. Galina ebikalakampa era galina amagulu ana. G'aba nga ebyewalula ebinene ennyo.

Agasota gano mu kiseera ky'okutondebwa gaalina ebyoya ebirungi, ebiwanvu era nga birabika bulungi nnyo. Geetooloolanga namulondo ya Katonda. Gaasanyusanga Katonda nga bw'olaba ebirundibwa awaka era nga tegava ku lusegere lwa Katonda. Gaalina amaanyi mangi n'obuyinza nga n'ekerebu z'omu ggulu zigagondera. Naye bwe gaalya mu Katonda olukwe wamu ne Lusifa, zimalayika zaago n'azo ne zoonooneka era n'azo ne ziwakanya Katonda. Bamalayika b'agasota gano aganene era nabo balina enkula y'ebisolo ebitiisa ennyo. Zirina amaanyi ku bbanga wamu n'agasota gano era galeetera abantu okwonoona n'okuba ababi.

Kituufu, Lusifa ali waggulu mu nsi ey'emyoyo emibi, naye nga, obuyinza yabukwasa gasota aganene ne malazika zaago okulwanyisa ebitonde bya Katonda eby'omwoyo saako okufuga ebbanga. Okuva edda, agasota gano gabaddenga gasikiriza abantu okukola oba okubumba ebintu ebiri mu kikula kyago basobole okubisinza. Olwaleero, eddiini ezimu mu lwatu zisinza agasota gano nga katonda waabwe, era ng'abantu bano bafugibwa gano agasota.

Okubikkulirwa 12:7-9 woogera ku gasota gano ne malayika zaago :

Ne waba olutalo mu ggulu, Mikaeri ne bamalayika be nga batabaala okulwana n'ogusota, ogusota ne gulwana ne bamalayika baagwo, ne batayinza so ne watalabika kifo kyabwe nate mu ggulu. N'ogusota ogunene ne gusuulibwa, omusota ogw'edda oguyitibwa Omulyolyomi era Setaani, omulimba w'ensi zonna, ne gusuulibwa ku nsi, ne bamalayika baagwo ne basuulibwa nagwo.

Agasota ago gasoomooza abantu ababi okuyita mu bamalayika baago. Abantu ababi ab'ekika kino tebasobola kwefuga ne mu kukola ekintu ekisingayo okuba ekibi ng'okutta, n'okutunda abantu. Bamalayika bagasota gano balina ekikula kye nsolo ezayogerwako mu kitabo ky'Abaleevi ezo ez'omuzizo eri Katonda. Setaani ajja kulabikira mu ngeri za njawulo okusinziira ku kika kye nsolo. Kubanga buli kika kya nsolo kirina embala eyakyo nga ebibonoobono, obukalabakalaba, obubi, oba obwenzi.

Lusifa akolera mu gasota gano, ne bamalayika bagasota gano ne bakola nga bagendera ku biragiro ebiweerwaddwa agasota. Nga tugeraageranya ne nsi, Lusifa alinga kabaka, era agasota gano galinga katikkiro oba omudduumizi w'eggye atambuza emirimu gy'obufuzi egya minisita oba abasirikale. Agasota gano bwe gaba gali ku mulimu gwagwo, si buli kiseera nti gafuna ebiragiro kuva ewa Lusifa buteerevu. Lusifa yasimba dda ekirowoozo kye mu gasota gano, era awo agasota gano bwe gabaako kye gakola kibaawo okusinziira ku kwagala kwa Lusifa.

Setaani Alina Omutima n'Amaanyi ebya Lusifa

Emyoyo emibi gisobola okukwata ku bantu okutuuka ku ssa nti emitima gyabwe gyonooneddwa ekizikiza, naye dayimooni tezitandikirawo ku ntandikwa okuyingirira abantu. Mu kusooka, setaani yasooka okukola ku bantu, owo omubi nayingirawo, olwo dayimooni ne ziryoka ziyingira. Katukiteeke bwe tuti, Setaani gwe mutima gwa Lusifa. Talina kikula nti kikiino kyokka akolera mu birowoozo bya bantu. Setaani alina amaanyi ge kizikiza nga Lusifa galina, era galeetera abantu okuba n'ebirowoozo ebikyamu n'omutima ogw'obubi.

Olw'okuba Setaani kitonde kya mwoyo (Yobu 1:6-7), akolera mu ngeri ez'enjawulo okusinziira ku kikula kye kizikiza omuntu kyaba nakyo. Era abo abalimba, akola n'omwoyo ogulimba (1 Bassekabaka 22:21-23). Eri abo abagala okutabula abantu, akozesa omwoyo ng'ogwo (1 Yokaana 4:6). Eri abo abagala emirimu gy'omubiri egitasaana, akolera mu mwoyo ogutali muyonjo (Okubikkulirwa 18:2).

Nga bwe kyanyonyoddwa, Lusifa, agasota, ne Setaani balina

emirimu gya njawulo n'enkula za njawulo, naye nga balina ebirowoozo n'omutima gumu n'amaanyi gamu okukola obubi. Kati, katutunuulire engeri Setaani gyakola mu bantu.

Setaani alinga amayengo ga Leediyo agatambuzibwa mu bbanga. Atambuza omutima gwe n'amaanyi mu banga mu bwangu. Era nga amayengo ga leediyo bwe gabakibwa omulongooti ogulina okugafuna, omutima, ebirowoozo n'amaanyi g'ekizikiza ebya Setaani bisobola okufunibwa abo abateegefu okubifuna. Omulongooti wano ge gatali mazima, ekizikiza ekiri mu mitima gy'abantu.

Eky'okulabirako, ekikula eky'obukyayi mu mutima kisobola okukola ng'omulongooti okusika amayengo ga Leediyo ag'obukyayi agasaasaanyizibwa mu bbanga Setaani. Setaani ateeka amaanyi ag'ekizikiza mu bantu okuyita mu birowooza by'abantu kasita amayengo ga Leediyo ag'ekizikiza agakolebwa Setaani n'agatali mazima mu mitima gy'abantu bikwatagana era ne byesisinkana. Okuyita mu kino, omutima ogw'agatali mazima gujja kudizibwamu amaanyi era gujja kutandika okukola. Wano wetugambira nti 'omuntu ali mu kufuna emirimu gya Setaani', nti oba agondera eddoboozi lya Setaani.

Bwe bawulira eddoboozi lya setaani mu ngeri eno, bajja kukola ebibi mu birowoozo byabwe, era olunaagira babikole ne mu bikolwa. Ekikula eky'obubi bwe kityo nga obukyayi oba obuggya bwe kikwatagana n'emirimu gya Setaani, bijja kwagala okukosa abalala. Kino bwe kigenda kyeyongerayo, basobola n'okutemula.

Setaani Akolera mu Mukutu Ogw'ebirowoozo

Abantu balina omutima ogw'amazima n'ogwo ogutali gwa mazima. Bwe tukkiriza Yesu Kisto era ne tufuuka abaana ba Katonda, Omwoyo Omutukuvu ajja mu mitima gyaffe munda n'akwata ku mutima gwaffe ogw'amazima. Kitegeeza tuwulira eddoboozi ery'Omoyo Omutukuvu okuva munda mu mitima gyaffe. Okwawukana kw'ekyo, Setaani ye akolera wabweru, kale abeera yetaaga omukutu mwayita okuyingira mu mitima gy'abantu. Omukutu ogwo bye birowoozo bya bantu.

Abantu bakkiriza ebyo bye balaba, bye bawulira ne bye bayiga nga bigendera wamu ne kye bawulira munda mu bo era ne babitereka mu bwongo bwabwe n'omutima. Mu mbeera entuufu ebirowoozo ebyo bijja kukomezebwawo. Kino kye bayita 'okulowoozo'. Ebirowoozo bya njawulo okusinziira ku ngeri gye wali owuliramu lwe wabiyingiza mu bwongo bwo. Ne mu mbeere emu yennyini, abantu abamu bakiyingiza okusinziira ku mazima, era ne babeera n'ebirowoozo eby'amazima, kyokka ng'abalala bakiyingiza mu ngeri etaliimu mazima bwe batyo ne babeera n'ebirowoozo eby'agatali mazima.

Abantu bangi tebasomesebwa mazima nga kino kye Kigambo kya Katonda. Eyo yensonga lwaki babeera n'agatali mazima mangi okusinga amazima mu mitima. Setaani apikiriza n'okusikiriza abantu ab'ekika ekyo okuba n'ebirowoozo ebitaliimu mazima. Bino bimanyiddwa nga 'ebirowoozo eby'omubiri'. Abantu nga bakozesebwa emirimu gya Setaani, tebasobola kugondera tteeka lya Katonda. Ekibi kibafuula basibe era olugira ne batuuka n'okufu (Abaruumi 6:16, 8:6-7).

Setaani, Emitima gy'Abantu Agiwamba mu Ngeri Ki?

Okutwaliza awamu, Setaani akola okuva ebweru ng'ayita mu mukutu ogw'ebirowoozo by'abantu, naye waliwo lwatakikola.

Okugeza, Bayibuli agamba nti Setaani yayingira mu Yuda Isukarioti, omu ku bayigirizwa ekkumi n'ababiri aba Mukama Yesu. Wano, Setaani 'okumuyingiramu' kitegeeza yabeeranga akkiriza emirimu gya Setaani era ekyavaamu n'awaayo omutima gwe gwonna eri Setaani. Mu ngeri eno yali awambiddwa Setaani yenna.

Yuda Isukarioti yasisinkana amaanyi ga Katonda ag'ewuunyisa era bwe yali agoberera Yesu yasomesebwa obulungi, naye olw'okuba teyegyako mululu, Yalinga abba ensimbi za Katonda okuva mu nsawo mwe baaziterekanga (Yokaana 12:6).

Era yali muluvu mu kunoonya ebitiibwa n'amaanyi, Omununuzi, Yesu, ng'amaze okutwala namulondo ku nsi eno. Naye nga ekyali kigenda mu maaso kyali kya njawulo kw'ekyo kye yali asuubira, kale mpola mpola yaganya ebirowoozo bye okutwalibwa Setaani. Era ekyavaamu, omutima gwe gwonna gwawambibwa Setaani, era bwatyo n'atunda mukama we olwa sente amakumi asatu. Tugamba nti setaani ayingidde mu muntu singa Setaani alina obuyinza obujjuvu ku mutima gw'omuntu.

Mu bikolwa by'abatume 5:3, Peetero agamba nti omutima gwa Ananiya ne Safira gwali gujjuziddwa Setaani era ne babeerako ekitundu ku sentu ze baatunda mu nimiro yaabwe ze baatereka kyokka ne balimba Omwoyo Omutukuvu.

Peetero Yayogera bino kubanga embeera nnyingi ez'ekika kino zaali zibaddewo. N'olwekyo, okwogera nti 'Setaani ayingira' oba 'okujjuzibwa setaani' kitegeza nti abantu ng'abo babeera ne Setaani yennyini mu mitima gyabwe, era nabo bennyini ne bafuuka nga setaani. N'amaaso ag'omwoyo, Setaani abeera ng'olufu oluddugavu olukutte ennyo. Amaanyi ag'ekizikiza, nga galinga ekikka ekiddugavu, nga kyetoolodde abantu bano abafuna emirimu gya setaani mu bungi. Okusobola obutafuna mirimu gya Setaani tulina okusooka okwesalako ebirowoozo byonna eby'agatali mazima. Era, tulina okusikayo omutima ogutali gw'amazima mu ffe. Kino kitegeeza okusookera ddala tulina okugyawo omulongooti nga guno gwe gusika 'amayengo ga leediyo' aga Setaani.

Setaani ne Dayimooni

Setaani kitundu ku bamalayika abayonooneka awamu ne Lusifa. Ng'ogyeeko Setaani, bo balina enkula yaabwe. Mu kikula ekyenzikiza, balina mu maaso, amaaso, ennyindo, amatu, omumwa. balina emikono n'amagulu. Setaani akwata ku bantu okukola obubi ate n'abaleetera ebigezo n'okugezesebwa.

Naye ekyo tekitegeeza nti setaani ayingira mu bantu okukikola. Olw'ekiragiro ky'omulabe, Setaani afuga abantu abawaddeyo emitima gyabwe eri ekizikiza era n'abaleetera okukola ebintu ebibi ebitakkirizibwa. Naye olumu setaani abantu abamu tabafuga butereevu okubakozesa ng'ekikozesebwa. Abo abatunze omwoyo gwabwe eri setaani, gamba nga abalogo n'abafuusa bafugibwa okukola ng'ekikozesebwa kya setaani. Baleetera abantu abalala okukola ebintu ebibi. N'olwekyo, Baibuli egamba nti abo abakola ebibi ba setaani (Yokaana 8:44; 1 Yokaana 3:8).

Yokaana 6:70 wagamba, "Yesu n'abaddamu nti, 'Si nze nnabalonda mmwe ekkumi n'ababiri, era omu ku mmwe ye setaani?'" Yesu yali ayogera ku Yuda Isukarioti eyali ajja okutunda Yesu. Omuntu ng'oyo afuuse omuddu w'ekibi era nga talina kye yeetaaza bulokozi abeera mwana wa setaani. Setaani bwe yayingira mu Yuda Isukarioti era n'afuga omutima gwe, n'akola ebikolwa ebya setaani, nga kuno kwe kwali okutunda Yesu. Setaani alinga omukulu akulira ekitundu ekya wakati nti afuna ebiragiro okuva ewa Lusifa, era bw'afuga dayimooni nnyingi kireetera abantu okuba n'endwadde nnyingi saako okulumwa era ne bongera okugwa mu bubi obusingayo.

Setaani, ne dayimooni bali mu mitendera. Kyokka bakolera wamu. Ogusooka, Setaani akola ku birowoozo by'abantu ebitali by'amazima okusobola okuggulawo ekkubo omulabe asobole okukola. Oguddako, Omulabe atandika okukola ku bantu batandike okukola emirimu egy'omubiri n'emirimu emirala egy'omubi. Mulimu gwa setaani okukola ku birowoozo bya bantu, so nga mulimu gw'omubi okuleetera abantu okuteeka ebirowoozo mu bikolwa. Era, ebikolwa ebibi bwe bissuka, dayimooni ajja kuyingira mu bantu ab'ekika ekyo. Dayimooni bwe ziyingira mu bantu balemererwa okwesalirawo era ne bafuuka ng'eby'okuzanyisa bya dayimooni.

Bayibuli etegeeza nti dayimooni n'emyoyo emibi byonna myoyo mibi naye byawukana ku bamalayika abaagwa oba Lusifa (Zabuli 106:28; Isaaya 8:19; Ebikolwa 16:16-19; 1 Abakkolinso S10:20). Dayimooni zaalinga bantu nga zirina omwoyo, emmeeme, n'omubiri. Abamu ku bantu ababeera ku nsi kuno ne bafa nga tebalokose bakomawo ku nsi kuno wansi w'embeera emu era ng'abadda nga zi Dayimooni. Abantu abasinga tebategeera bintu bikwata ku nsi ey'emyoyo emibi. Naye emyoyo emibi gigezaako okutwala waakiri omwoyo gumu omulala mu kkubo ery'okuzikirira okutuuka ku lunaku olusembayo Katonda lwe yateekawo.

Olw'ensonga eno 1 Peetero 5:8 kwe kugamba, "Mutamiirukukenga, mutunulenga, omulabe wammwe Setaani atambulatambula, ng'empologoma ewuluguma ng'anoonya gw'anaalya." Ne Abaefeso 6:12 wagamba, "Kubanga tetumeggane na musaayi na mubiri, wabula n'abaamasaza, n'ab'obuyinza, n'abafuga ensi ab'omu kizikiza kino, n'emyoyo egy'obubi mu bifo ebya waggulu."

Tulina okuba nga tutunulatunula era nga tutamiirukuse obudde bwonna kubanga tetusobola ku kyebeera wabula okugwa mu kkubo ery'okufa bwe tuba nga tutambula ng'amaanyi g'ekizikiza bwe gatutwala.

Essuula 2
Omuntu wo

Obutuukirivu bw'omuntu yennyini bukolebwa bwe tusomesebwa n'agatali mazima ag'ensi nga ge mazima. Ng'obutuukirivu bw'omuntu bumugumiziddwa mu ye, waliwo obwongo kye bukwata ekitondeddwa. N'olwekyo, ekyo ekiri mu bwongo ekitondeddwamu gwe musingi gw'obutuukirivu bw'omuntu.

Okutuusa 'ng'Omuntu wo' Atondeddwa

Obutuukirivu bw'omuntu n'ebyo kw'abupimira

Okuba n'Emirimu gye Mmeeme nga gy'Amazima

Nfa Bulijjo

Ekiseera nga sinnaba kukkiriza Mukama. Nga mbonaabona n'endwadde nnyingi bulijjo era ng'essanyu lyokka lye nfuna ndijja mu kusoma obutabo obulimu okulwana. Engero ezibeeramu zibeera zogera ku kuwoolera eggwanga.

Ng'olugero lutambula bweruti: Bw'aba ng'akyali mwana muto, abazadde banaawangula omulabe, battibwa nga ye akyali muto. Era awonera watono naye okusanjagibwa olw'okuba omukozi wawaka yamuddusawo. Bw'aba akula asisinkana omutendesi era omukugu mu kulwanyisa ebigere n'ebikonde. Bwatyo n'afuuka kafulu mu kulwana mu ngeri eyo era n'awolera eggwanga ku mulabe olw'okutta bakadde be. Obutabo obulimu engero nga zino bugamba nti kya butuukirivu era kya buzira okusasula eyakuwola ebbanja ne bwe muba mulimu akatyaba ak'okufiirwa obulamu bw'oyo bwe nnyini. Naye mu Baibuli okusomesa kwa Yesu kwanjawulo nnyo n'okusomesa kuno okw'ensi.

Yesu asomesa mu Mataayo 5:43-45, "Mwawulira bwe baagambibwa nti Oyagalanga munno, okyawanga omulabe wo, naye nange mbagamba nti Mwagalenga abalabe bammwe, musabirenga ababayigganya. Mulyoke mubeerenga abaana ba kitammwe ali mu ggulu, kubanga enjuba ye agyakiza ababi n'abalungi, abatonnyeseza enkuba abatukirivu n'abatali batuukirivu."

Obulamu bwe nnalina bwali bulungi era nga bw'amazima. Era abantu bangi bandigambye nti nali omuntu 'atandyetaaze mateeka'. Naye, bwe nnakkiriza Mukama ne neetunulamu okuyita mu Kigambo kya Katonda ekyabuulirwanga mu nkung'ana z'okudda obuggya, nakizuula nti mu makubo gange mwe natambuliranga mu bulamu bwange mwalingamu ebintu bingi ebikyamu. Nawulira nga muli nswaddwe bwe n'akizuula nti olulimi lwe nnakozesanga, eneeyisa yange, ebirowoozo byange, n'obusobozi bwange okwawula ekirungi ku kibi byonna byali bikyamu. Nnenenenyeza ddala mu maaso ga Katonda ng'amaze okukitegeera nti nali ntambulira mu bulamu obutali bwa butuukirivu n'akatono.

Okuva olwo, N'afuba okutegeera kye mpita obutuukirivu n'ebyo ebyanyingizibwamu mu bwongo era n'embisaanyaawo. Neegaana 'embala yange' eyali entondeddwamu era nga ndaba butaliimu. Mu kusoma Baibuli natonda 'omuntu wange' buto, okusinziira ku mazima. Nasiibanga n'okusaba obutalekaayo okweggyamu agatali mazima mu mutima gwange. Era ekyavaamu, natandika okuwulira nti obubi bwange bwali busuulibwa ebbali era nentandika okuwulira eddoboozi n'okulung'amizibwa Omwoyo Omutukuvu.

Okutuusa 'ng'Omuntu wo' Atondeddwa

Abantu batonda batya emitima gyabwe era ne banyweza empisa zaabwe? Okusooka ze mpisa ensikire. Abaana bafaanana bazadde baabwe. Babafaanana mu ndabika, eneeyisa, engeri gye bakolamu ebintu, n'ebintu ebiralala bye bazaalibwa nabyo. Mu nsi ye Korea, bagamba nti n'omusaayi tufuna 'gwa'abazadde baffe'. Naye si musaayi wabula amaanyi -ag'obulamu, oba 'chi'. 'Chi' ye crystalloid ow'amaanyi gonna agava mu mubiri gwonna. Mmanyi amaka agalimu omulenzi eyazaalibwa ne bbala eddene waggulu w'omumwa gwe. Nnyina naye yalina ebbala ery'ekikula ekyo mu kifo kye kimu, kyokka nagenda ne bamulongoosa ne baliggyawo. Wadde yali aligyeewo, ebbala lino lyagira ne ku mwana we gwe yazaala.

Enkwaso ne ggi ebya bantu birimu amaanyi ag'obulamu. Tebirina ndabika ya kungulu yokka, wabula, birimu n'eneeyisa y'omuntu, obusungu, amagezi, saako emize. chi ya taata bweba yeesinga amaanyi omwana ng'akolebwa, omwana ajja kufaanana nnyo omusajja. Bw'eba nga chi ya maama yesinga amaanyi, olwo omwana ajja kufaanana nnyo nnyina. Kino kireetera buli omwana okuba n'omutima ogw'enjawulo.

Era, omuntu bw'aba nga akula ebintu bingi biyigibwa, Era nabyo ne bifuuka ekitundu ku nnimiro y'omutima. Okutandika n'emyaka etaano, abantu batandika okutonda 'omuntu' okuyita mu bintu ebirabibwa, ebiwulirwa, n'okuyigibwa. Ku myaka nga kkumi n'ebiri omuntu atandika okubaako byasalawo okusinziira ku kyalaba nga ge mazima oba agatali mazima. Ku myaka kkumi na munaana, 'omuntu' ayongera okugumira ddala. Naye, ekizibu kiri nti batwala ebintu ebitali bituufu okuba nga bye bituufu, era ne babijjukira nga ge mazima.

Waliwo ebingi ebitaliimu mazima bye tuyiga mu nsi eno. Kituufu mu ssomero tuyiga ebintu bingi ebikulu era ebyetaagisa mu bulamu bwaffe, naye ng'ate waliyo ebintu bingi ebisomesebwa nga si ge mazima, gamba nga enjigiriza ya Darwin egamba nti omuntu alina mwe yava. Abazadde n'abo bwe basomesa abaana baabwe, babaako bye babasomesa nga si ge mazima kyokka nga biringa ge mazima. Katugambe omwana abadde azannya ebweru era n'akubibwa mwana munne oba abaana abalala. Mu busungu abazadde ne bamugamba bwe bati, "Olya emirundi esatu mu lunaku nga abaana abalala era olina okuba n'amaanyi kati lwaki okkiriza ne bakukuba? Oli bwakukuba, naawe muddize! Gwe tolina ngalo na bigere nga abaana abalala bonna? Olina okuyigga okwerwanako."

Abaana bayisibwa mu ngeri ebaswaza bwe bakubibwa mikwano gyabwe. Kati, olwo mutima gwa kika ki abaana bano gwe bagenda okuba nagwo? Bayinza okuwulira ng'abasirusiru nti era kikyamu okuleka abalala okubakuba. Abalala bwe babakuba bajja kuwulira nga kibagwanidde okubaddiza. Kwe kugamba, babateeka ekintu ekibi mu bwongo nga gyoli kye kirungi.

Olwo abo abazadde abagoberera amazima bandisomesezza batya abaana baabwe? Bandikebedde embeera nga bweri era ne babasomesa obulungi n'amazima basobole okutabagana mu mirembe nga bagamba ebintu nga bino, "Mukwano, gezaako okubategeera? Ate, laba oba olina ensobi gye wakoze balyoke bakukube. Omanyi Katonda agamba nti obubi obuwangulanga na bulungi."

Abaana bwe basomesebwa na Kigambo kya Katonda kyokka mu mbeera yonna, babeera basobola okufuna obusobozi obw'okwawula obulungi ku bubi. Naye mu biseera ebisinga abazadde basomesa abaana baabwe nga bakozesa agatali mazima n'okulimba. Abazadde bwe balimba, abaana nabo balimba. Katugambe essimu evuga era omwana n'agikwata. N'akwata wayogerera akubye aleme okuwulira. N'agamba, "taata, Kojja Tom ayagala gwe." Awo taata n'agamba muwala we, "Mugambe nti siriiwo."

Omwana asooka kubuuza kitaawe nga tannamukwasa ssimu kubanga embeera eyo ebaddewo emirundi mingi. Abantu basomesesebwa n'agatali mazima mangi bwe babeera bakula, ate ng'ekisinga okwerariikiriza bafuna agatali mazima gano nga bakozesa kye bawulira munda okukolokota oba okusala omusango. Bwe gutyo omutima ogw'agatali mazima nga gutondebwa.

Ate era, abantu abasing beefaako bokka. Bagoberera ekyo kyokka kye bafunamu ate ne balowooza nti batuufu. Singa ekigendererwa oba ekirowoozo kya balala tekikwatagana na birowoozo byabwe bo, babeera balowooza nti abalala bakyamu. Naye ng'ate n'abantu abalala balowooza mu ngeri y'emu. Kizibu okutuuka ku nzikiriziganya singa buli muntu abeera alowooza mu ngeri eno. Bwe kityo bwe kiba ne mu bantu ababeera awamu, gamba nga omwami n'omukyala oba abazadde n'abaana. Abantu abasinga bakola 'omuntu owa bwe' mu ngeri eno, kale omuntu talina kukalambira nti ye 'ng'omuntu' ye mutuufu.

Obutuukirivu bw'omuntu n'ebyo kw'abupimira

Abantu bangi batondawo ekipimo kwe basinziira okusala emisango saako okuteekawo bye bakkiririzaamu okuyita mu mirimu gye mmeeme egy'agatali mazima. Na bwe kityo, babeera batambulira mu bo kye bayita obutuukirivu nga bakozesa ebyabwe kwe basinziira okupima obutuukirivu. Era, omuntu bya kkiririzaamu nti bwe butuukirivu bikolebwa nga byesigamiziddwa ku gatali mazima nga bakkiriza okuva mu by'ensi era ng'ebyo bye batwala ng'amazima. Abantu abalina obutuukirivu obw'ekika ekyo tebajja kukoma ku kwetwala nga beebatuufu wabula nga basinziira ne ku bipimo byabwe, wabula mu butuukirivu bwabwe obwo bagezaako okukaka endowooza zaabwe ne bye bakkiririzaamu ku balala.

Obutuukirivu bw'omuntu obw'ekika ekyo bwe bugumizibwa, kitandika okufuuka ekipimibwako. Kwe kugamba, Kino ekipimibwako yengeri etakyukakyuka omuntu gye yatondawo kw'apimira obutuukirivu bwe. Ebipimo bino bikolebwa okusinziira ku buli nkula ya muntu, byayagala ne byatayagala, empisa ze, ebyo byakkiririzaamu, ne ndowooza ze. Mu mbeera nga ebisaliddwawo byombi bituufu, naye gwe n'okalambira ku kimu, era ng'ekirowoozo kino bwe kibaamu eggumba, olwo kiba kifuuse ekipimo kyo. Era awo, omuze gugunjibwawo ogw'okubeera ng'osanyukira n'okukkiriza abo abagala ebyo naawe byoyagala, n'empisa zo, kyokka waliyo n'omuze gw'obutagumiikiriza abo abatakkiriziganya naawe. Kino kibaawo olw'ekipimo kye weeterawo ggwe.

Ekipimo eky'ekika kino kisobola okweyolekera mu bintu bingi mu bulamu bwaffe obwa bulijjo. Abafumbo abakafumbiriganwa basobola okuba nga bayombayomba olw'obuntu obutono. Omwami alowooza nti kiba kituufu okunyiga eddagala ly'amannyo ng'ava wansi waalyo, So nga ye omukyala wasanga walinyigira lisobola okufuluma. Omu bwakalambira ku ngeri ye gy'akwatamu eddagala lya mannyo lino, babeera batonzeewo obutakkaanya. Obutakkaanya buno buva ku bipimo ebyenjawulo bye balina kwe basinziira okukola ebintu.

Katugambe waliwo omukozi mu kampuni emu eyeekolera emirimu gye yekka nga talina muntu yenna amuyambako. Abamu ku bantu nga bano babeera balina empisa y'okukola buli kintu bokka kubanga baakuzibwa mu mbeera enzibu nga baali balina kuba nga buli kimu beebakyekolera. Si lwakuba nti beemanyi. N'olwekyo, kale bw'ogamba nti omuntu ow'ekika ekyo yeemanyi nti era yeerowoozaako yekka, Kusala musango okutali kutuufu.

Ebiseera ebisinga, nga tutunuulira mazima, obutuukirivu obutondeddwawo omuntu n'ebipimo kwasinziira byombi biba bikyamu. Ekizibu kiva ku mutima ogutali gw'amazima ogwo ogutayagala kuweereza balala era nga gwenoonyeza byagwo. N'abakkiriza abamu balina obutuukirivu obwabwe bwe beegunjizzaawo n'ebipimo kwe babupimira kyokka nga tabamanyi nti babirina.

Balowooza nti bawuliriza Ekigambo kya Katonda era nti baliko webatuuse mu kusuula eri obubi, nti era bamanyi amazima. N'okumanya kuno balaga obutuukirivu bwabwe. Basalira abalala emisango nga bakolokota engeri abalala gye batambulamu mu bulamu bwabwe obw'okukkiriza. Bamanyi n'okwegeraageranya n'abalala era ne balowooza nti babasingako. Olumu baalabanga birungi byokka mu balala, bwe wayitawo ebbanga ne batandika okukyuka balaba bunafu bwa balala bwokka. Bakalambira ku birowoozo byabwe byokka, kyokka ne bagamba nti bakola kino 'olw'obwakabaka bwa Katonda'.

Abantu abamu boogera nga gyoli nti bamanyi buli kimu nti era batuukirivu. Buli ssaawa babeera boogera ku bunafu bwa balala nga babakolota n'okubasalira omusango. Kitegeeza nti tebasobola kulaba bunafu bwabwe bo wabula balaba bw'abalala.

Nga tetunakyusibwa mu bujjuvu n'amazima, ffenna tulina obutuukirivu bwe twegunjizaawo era ne twekolera n'ebipimo kwetusinziira. Okutuuka ku ssa nti tulina obubi mu mitima gyaffe, tujja kubeera n'emirimu gye mmeeme egy'agatali mazima mu kifo ky'okubeera n'emirimu egy'amazima. Era ekivaamu tujja kuba tusala emisango era tukolokote abalala nga tukozesa obutuukirivu bwaffe n'ebipimo byaffe. Ffe okusobola okukula mu mwoyo tulina okulowooza ku birowoozo byaffe byonna n'enjigiriza nti butaliimu. Tulina okumenyaamenya obutuukirivu bwaffe bwe twegunjizaawo n'ebipimo bye tukozesa olwo tube n'emirumu gye mmeeme egy'amazima.

Okuba n'Emirimu gye Mmeeme egy'Amazima

Tusobola okukula mu mwoyo era ne tukyuka okufuuka abaana ba Katonda abatuufu bwe tukyusa emirimu gye mmeeme egy'agatali mazima okugizza mwegyo agy'amazima. Kale, olwo tuyinza kukola tutya okufuna emirimu gye mmeeme egy'amazima?

Okusooka tuba tulina okuba nga tutegeera n'okwawula mu bintu byonna nga tukozesa amazima ng'ekipimo.

Abantu balina obusobozi bwa njawulo okwawula obulungi

ku bubi, era ng'ebipimo ensi byekozesa n'abyo bya njawulo okusinziira ku budde, ekifo, n'eby'obuwangwa. Ne bw'okola ekintu ekituufu, abantu abalala abalina ennono ez'enjawulo bayinza okukiraba ng'ekitali kituufu.

Abantu batondawo ennono zaabwe era ne bakkiriza empisa ez'omu bifo eby'anjawulo n'amawanga, kale tetulina kukolokota balala nga tukozesa ebipimo ebyaffe. Ekipimo kyokka kye tulina okukozesa okusobola okwawula ekituufu ku kitali kituufu kye Kigambo kya Katonda nga kyo kye nnyini ge Mazima.

Mu bintu abantu b'ensi bye balaba ng'ebituufu era ebisaanidde, waliwo ebyo ebikkiriziganya ne Baibuli, Kyokka nga waliyo n'ebirala bingi ebitakkiriziganya nayo. Katugambe waliwo mukwano gwo eyakoze omusango, naye ne bawayirizaamu muntu mulala. Mu mbeera eno, abantu abasinga bakkiriziganya ne ky'obutawayo mukwano gwo. Naye bw'osirika, kyokka ng'omanyi nti gwe baakutte bamulanga bwemage, ekikolwa kyo tekisobola kuyitibwa kya butuukirivu mu maaso ga Katonda.

Nga sinnakkiririza mu Katonda, bwe nnakyaliranga omuntu mu ssaawa z'okuliramu emmere, n'ambuza oba nga mbadde n'amaze dda okulya, Nnalinga ebiseera ebisinga nga muddamu nti nalidde dda." Nalinga sirowoozo nti kikyamu, Kubanga nakyogeranga omuntu oyo obutamuwuliza bubi. Naye mu makulu ag'omwoyo, kirabika bulala mu maaso ga Katonda, kubanga ago si ge mazima, Wadde si kibi. Bwe n'ategeera kino, Kati ne ntandika okukozesa ebigambo ebirala nga bino, "Saalidde naye, sinayagala kulya."

Okusobola okwawulawo buli kintu n'amazima, tulina okuwuliriza era ne tuyiga Ekigambo eky'amazima era tukikuumire mu mitima gyaffe. Tulina okusoma Baibuli era tweggyeko ebipimo ebikyamu bye twatondawo n'agatali mazima mu nsi muno. Ekintu ne bwekifaanana ng'eky'amagezi okwenkana kitya, kasita kibeera nga kikontana n'Ekigambo kya Katonda, tulina okukyegyako.

Eky'okubiri, okuba n'emirimu gye mmeeme nga gy'amazima ebyo bye tuwulira mu nda mu ffe birina okuba nga bikwatagana n'amazima.

Engeri gye tuyingizaamu ebintu mu ffe kikola kinene bwe tugezaako okuwulira kye tuwulira munda nga kyesigamiziddwa ku mazima. Nnalabako omukazi eyali ayombesa omwana we ng'amugamba, "bw'onookola kino, musumba ajja kukuba!" Aleetera omwana we okulowooza nti abasumba bantu abatiisa. Omwana ng'oyo abeera awulira ng'atya abasumba era abeera yeewala nnyo omusumba mu kifo kyo kumubeera okumpi nga bwakula.

Edda nina kye nnalaba mu firimu. Omwana omuwala yali ayagala nnyo enjovu ate nga bamikwano, era olumu enjovu eno yayisanga omumwa gwayo mu nsingo y'omuwala. Olumu omwana ono bwe yali yeebase, omusota ogw'obusagwa ne gujja ne gwetooloola ensingo ye. Singa yali akitegedde nti gwali musota ogw'obusagwa yanditidde nnyo. Naye yali yeebase era n'alowooza nti gwali mumwa gwa njovu gwe gwali gumwezingiridde. Kale teyatya, era ng'awulira bulungi. Engeri gye tuwuliramu mu nda ekyuka okusinziira ku birowoozo.

Engeri gye tuwuliramu mu nda ekyuka okusinziira ku ngeri gye tulowoozaamu. Abantu abawulira nti tebagala na kutunula ku nvunyu, ku nsiring'anyi, oba egongolo bawomerwa enkoko kyokka nga enkoko erya ebintu ng'ebyo. Ndowooza tusobola okukiraba engeri gye tuwuliramu ku bintu ebimu bwe byesigamizibwa ku birowoozo. Si nsonga tulabye muntu wa kika ki oba, oba tukola mulimu gwa kika ki, tulinanga okulowooza n'okuwulira mu ngeri ennungi.

Okusingira ddala, ffe okusobola okulowooza n'okuwulira mu ngeri ennungi mu buli kimu, bulijjo tulinanga okulaba, okuwulira, n'okuyingiza ebintu birungi byokka. Mu biro bino mwetusobolera okulabira ebintu nga tuyita mu mikutu gye mpuliziganya oba yintaneeti. Obubi obungi, ettima, entalo, okubba, okwefaako bokka, obukalabakalaba, n'enkwe byeyongedde nnyo ensangi zino okusinga bwe byali bibadde. Ffe okusobola okwekuumira mu mazima, kiba kirungi ne tutalaba, okuwulira, oba okuyingiza ebintu bino nga bwe tusobola. Wabula, ne bwe tuba nga tulina okusisinkana, mu kiseera ekyo tuyinza okuyingiza ebintu mu mazima ne mu bulungi. "tutya?" obuuza!

Eky'okulabirako, abo abaawulira ku ngero ezitiisa ez'emizimu oba obukalabanda bwe baali nga bato bawulira munda mu bo nga babitya, naddala bwe babeera basigadde bokka mu nzikiza, bwe bamala okulaba firimu etiisa. Beekanga oba ne bawulira nga batidde bwe bawulira akakoona konna oba ne balaba ebisiikirize. Bwe babeera bokka, ekintu kitono nnyo ekiyinza okubaawo ne bazirika olw'entiisa eva ku kutya kwabwe.

Naye bwe tutambulira mu kitangaala, Katonda atukuuma era n'emyoyo emibi tegisobola kutukwatako. Ate, gyo gye gitya n'okubulawo buli lwe giraba ekitangaala eky'omwoyo ekituvaamu. Bwe tutegeera kino, tusobola okukyusa engeri gye tutya oba okuwulira munda. Tukitegeera okuva mu mitima gyaffe nti emyoyo emibi si bitonde abitiibwa, kale ekyo kye tuwulira munda nakyo kisobola okukyuka. Bwe tuba nga tusobola okufuga ensi ey'ekizikiza, dayimooni ne bwezirabika, tusobola okuzigoba mu linnya erya Yesu Kristo.

Katulabeyo eky'okulabirako ekirala abantu mwe babeerera bawulira munda mu ngeri etali ntuufu. Nnali nina gye ndaze okulamaga ne ba memba b'ekanisa emyaka nga 20 egiyise. Waaliwo ekibumbe eky'omusajja ali obwereere mu kifo ekimu mu nsi ye Buyonaani oba Greece. Ebyali bikiwandiikiddwako byali byagazisa abantu okukozesa omubiri n'eby'emizannyo abantu okusobola okuba abalamu nga gwe musingi gwe ggwanga eddamu. Awo nasobola okulaba enjawulo eriwo wakati wabalambuzi okuva mu nsi ze bulaaya ne ba memba b'ekanisa.

Abamu ku ba memba abakazi beekubya ebifaananyi mu maaso g'ekibumbe nga tebakifunyeemu buzibu bwonna, naye ba memba abalala abakyala baakwatibwa ensonyi. Beewala ekifo ekibumbe we kyali nga gyoli baali balabye ekintu ekitalina kulabibwa. Ensonga lwaki baakwatibwa ensonyi mu maaso g'ekibumbe lwakuba baalina ebirowoozo eby'ekyenzi. Kye bawulira muli ku muntu ali obwereere si kituufu, era nga baali tebateredde bwe baalaba ekibumbe ky'omusajja ali obwereere. Abantu ng'abo basobola n'okukolokota abo abasemberera ennyo ekibumbe okusoma ebikiriko. Naye abalambuzi ab'omu nsi ze Bulaaya tebaalina nsonyi zonna oba okuwulira mu ngeri ey'ekika ekyo. Baali batunuulira ekibumbe nga basiima ekitone ekyalagibwa mu ku kibumba.

Mu mbeera eno, tewali muntu yenna alina kukolokota abalambuzi abe Bulaaya ng'agamba nti tebalina nsonyi. Bwe tuba tutegeera obuwangwa obw'enjawulo era nga tukyusa ekyo kye tuwulira munda okuva mu gatali mazima okudda mu mazima, tetulina kuswala. Adamu yabeeranga bwereere bwe yali tannafuna kumanya kwa mubiri, kubanga yali talina mutima gwa kyenzi, era ng'okubeera mu mbeera eno kwali kulungi nnyo.

Eky'okusatu, okuba n'emirimu gye mmeene egy'amazima tetulina kukkiriza ebyo byokka ebiva mu kyetulaba nga kye kituufu, wabula n'okuva mu ndowooza z'abalala.

Bw'okkiriza ebintu ne mbeera byokka by'okkiriziganya n'abyo olw'o bumanyirivu bwo, n'ebyo ebikkiriziganya n'ekyo ky'olowooza, wajja kubaawo emirimu mingi egye mmeeme egijja okubaawo. Awo oba ojja kugattako oba okuwakanya ebigambo ebya balala okusinziira ku birowoozo byo. Osobola okutegeera obubi, okusala emisango, n'okukolokota saako okuleetera abalala okuba nga bawulira bubi munda mu bbo.

Katugambe omuntu agudde ku kabenje n'afuna ebisago abeera akaaba nnyo olw'obulumi. Abo abatali mu bulumi obwo oba abamanyi okugumira obulumi bayinza okulowooza nti omuntu ono ate ayitirizza. Ebigambo by'abantu abalala bw'obiraba okusinziira ku ggwe engeri ebintu gy'obikwatamu, ojja kuba n'emirimu gye mmeeme egitaliimu mazima. Bwogezaako okutegeera nga weetadde mu bigere bya balala, osobola okumutegeera n'obulumi bwayitamu.

Bw'omala gategeera embeera y'omuntu omulala era n'ogikkiriza, ojja kuba mu mirembe na buli omu. Ojja kuba teweetaaga kukyawa oba okuwulira obubi olw'ekintu ekimu. Ne bw'ofuna ekisago oba n'obonaabona olw'omuntu omulala, bw'osooka okulowooza ku ye, tojja kumukyawa naye ojja kuba okyasobola okumwagala era n'okumusaasira. Bw'oba omanyi ku kwagala kwa Yesu eyatufiirira n'ekisa kya Katonda, osobola n'okwagala abalabe bo. Bwe kityo bwe kyali ne ku Stefano. Ne bwe baali bamukuba amayinja agaamutta kyokka nga talina musango, abo abaali bamukuba amayinja teyabawalana naye yabasabira.

Naye ebiseera ebimu tusobola okukiraba nga si kyangu okuba n'emirimu gye mmeeme egy'amazima nga bwe tukyagala. N'olwekyo, bulijjo tulina okuba obulindaala nga tulowooza ku bigambo byaffe n'ebikolwa era tugezeeko okukyusa emirimu gye mmeeme zaffe egitali gy'amazima nga tuzifuula ezikola emirimu egy'amazima. Tusobola okuba n'emirimu gye mmeeme egy'amazima n'ekisa saako amaanyi ga Katonda n'okuyambibwa okw'Omwoyo Omutukuvu nga bwe tusaba era ne tutalekaayo kugezaako.

Nfa Bulijjo

Omutume Paulo yayigganyaako Abakristaayo kubanga yalina obutuukirivu-obubwe ng'omuntu n'ebyo kwasinziira okubupimira. Naye oluvannyuma lw'okusisinkana Mukama, Yakizuula nti kye yali ayita obutuukirivu nga n'ebyo kw'abupimira tebyali bituufu, era ne yeetoowaaza okutuuka ku ssa nti ebyo byonna bye yalinanga kati yali abiraba nga butaliimu.

Mu kusooka, yalina ng'okufuba mu mutima gwe bwe yakitegeera nti obubi bwamulimu era ng'alwana olw'oyo eyali ayagala okukola obulungi (Abaruumi 7:24).

Era lumu yayogera nga yeebaza ng'akkiriza nti olw'etteeka ery'obulamu n'Omwoyo Omutukuvu mu Kristo Yesu yateebwa okuva mu busibe bw'etteeka ery'ekibi n'okufa. Mu Baruumi 7:25, agamba nti, "Nneebaza Katonda ku bwa Yesu Kristo Mukama waffe. Kale bwe kityo nze nzekka mu magezi ndi muddu wa mateeka ga Katonda naye mu mubiri wa tteeka lya kibi," ne mu 1 Bakkolinso 15:31, "ndayidde okwenyumiriza okwo ku lwammwe kwe ndi nakwo mu Kristo Yesu Mukama waffe, Nfa bulijjo."

Yagamba, "Nfa bulijjo" era kino kitegeeza nti yakomolanga omutima gwe bulijjo. Kwe kugamba, yeggyako agatali mazima gonna mu ye gamba nga amalala, okwemanya, obukyayi, okusala emisango, obusungu, empaka, n'omululu. Nga bwe yayogera, yabisuula eri byonna ng'alwana okutuuka ku ssa ly'okuyiwa omusaayi. Katonda yamuwa ekisa n'amaanyi, era ng'ayambibwako Omwoyo Omutukuvu yakyuka n'afuuka omusajja ow'omwoyo eyalina emirimu egy'emmeeme egy'amazima gokka. Yamaliriza mutume w'amaanyi eyasaasaanya enjiri nga bwakola obubonero bungi n'ebyewuunyo.

Essuula 3
Ebintu Eby'omubiri

Abantu abamu bakola ekibi eky'obuggya, ensaalwa, okusala emisango, okukolokota, n'obwenzi mu mmeeme zaabwe. Bino tebirabibwa kungulu, naye ebibi eby'ekika ekyo bikolebwa kubanga birina embala y'ekibi era nga biviirako n'ebibi ebirala okukolebwa.

Omubiri N'ebikolwa by'Omubiri

Amakulu ga 'Omubiri Munafu'

Ebintu by'Omubiri: Ebibi ebikolebwa mu Birowoozo

Okwegomba kw'Omubiri

Okwegomba kw'Amaaso

Amalala g'Obulamu

Eri abo abalina omwoyo omufu, emmeeme zaabwe zifuuka bakama baabwe era ne zifuga omubiri gwabwe. Katugambe olina ennyonta, era ng'oyagala kubaako ky'onywa. Awo, emmeeme ejja kulagira omukono okukwata egiraasi egireete ku mumwa gwo. Naye mu kiseera kino, omuntu bwakuboggolera n'onyiiga oyinza okwagala okwasa giraasi eyo. Mulimu gwa mmeeme gwa kika ki guno?

Kino kibaawo Setaani bwasindiikiriza emmeeme ng'ate yo ekolera mubiri. Abantu bafuna emirimu gy'omulabe Setaani okutuuka ku ssa nti balina agatali mazima mu bbo. Bwe bakkiriza emirimu gya Setaani, batandika okufuna ebirowoozo ebitaliimu mazima, era bwe bakkiriza emirimu gya setaani, balaga ebikolwa ebitaliimu mazima.

Ekirowoozo ky'okwasa egiraasi olw'obusungu kireetebwa Setaani, era bw'ogenda mu maaso n'oyasa egiraasi, guba mulimu gwa setaani. Ekirowoozo kiyitibwa 'ekintu eky'omubiri' ate ekikola kyo kiyitibwa 'omulimu gw'omubiri'. Ensonga lwaki tuba n'emirimu gye mmeeme egitaliimu mazima kibaawo olw'embala z'obubi ezisimbiddwa omulabe setaani okuva mu biro bya Adamu ng'amaze okugwa era nga bino bigattiddwa n'emibiri egy'abantu.

Omubiri n'Ebikolwa eby'Omubiri

Abaruumi 8:13 wagamba, "...kubanga bwe munaagobereranga omubiri, mugenda kufa, naye bwe munaafiisanga ebikolwa by'omubiri olw'omwoyo, muliba balamu."

Wano, 'mugenda kufa' kitegeeza ojja kusisinkana okufa okw'olubeerera, nga eno ye Ggeyeena. N'olwekyo, 'omubiri' tegulina makulu agategeeza omubiri guno ogwaffe ogututambuza gwokka. Gulina n'amakulu ag'omwoyo.

Ekirala, wagamba nti bwe munaafiisanga ebikolwa by'omubiri olw'omwyo muliba balamu. Kino kitegeeza nti tulina okweggyako emirimu gy'omubiri ng'okutuula wansi, okwebaka, okulya n'ebirala bingi? Nedda si bwe kiri! Wano, 'omubiri' kitegeeza ekisosonkole oba ekyo ekintu okumanya okw'omwoyo okwaweebwa Katonda mwe kwava nga kuyiika. Okutegeera amakulu ag'omwoyo aga kino tulina okuyiga Adamu yali muntu wa kika ki.

Adamu bwe yali akyali omwoyo omulamu, omubiri gwe gwali gwa muwendo era nga tegufa. Yali takaddiwa era nga teyandifudde wadde okusaanawo. Yalina omubiri ogw'omwoyo ogumasaamasa, era ogulabika obulungi. Eneeyisa ye nayo yali ya kitiibwa okusinga omuntu yenna eyali abaddeko mu lulyo olulangira ku nsi kuno. Naye okuva olunaku ekibi lwe kyamujjamu era olw'ekyo ekyava mu kibi kye, omubiri gwe gwafuuka ogutaliimu muwendo ngera guno tegwawukana na gwa nsolo.

Kankuwe eky'okulabirako. Bwe wabaawo ekikopo nga kirimu ku mazzi, ekikopo kino kiyinza okugeraageranyizibwa n'emibiri gyaffe ngera amazzi, gwe mwoyo gwaffe. Ekikopo kye kimu kisobola okuba n'omuwendo ogwenjawulo okusinziira kw'ekyo ekirimu. bwe kityo bwe kyali ne ku mubiri gwa Adamu.

Nga akyali omwoyo omulamu, Adamu yalinanga kumanya kwa mazima gokka gamba ng'okwagala, obulungi, amazima, n'obutuukirivu, n'omusana gwa Katonda, nga bino byonna byamuweebwa Katonda. Naye Omwoyo gwe bwe gw'afa. Okumanya okw'amazima ne kuyiika okuggwamu okuva mu ye, era mu kifo ky'amazima, yaweebwanga bintu bya mubiri ng'omulabe Setaani yabimuwa. Bwatyo n'akyuka olw'okuba yali agoberera agatali mazima agaali gafuuse ekitundu ku ye. Kigambibwa, "Olw'omwoyo, ebikolwa by'omubiri bifiisibwa." Wano 'ebikolwa by'omubiri' kitegeeza ebikolwa ebiva mu mubiri nga byegattiddwamu agatali mazima.

Eky'okulabirako, waliwo abantu abatuuka n'okukuba empi, abakuba enzigi nga bafuluma n'emize emirala bwe babeera banyiiye. Abantu abamu bakozesa olulimi oluvuma mu buli kigambo kye boogera. Abamu batunuulira abantu abatali ba kikula kyabwe n'okwegomba so nga abalala balaga eneeyisa etasaana.

Ebikolwa eby'omubiri tebitegeeza okukola ebibi kyokka, wabula n'ebikolwa ebirala byonna ebitatuukiridde mu maaso ga Katonda. Abantu abamu bwe boogera n'abalala babeera basonga olugalo mu bantu olumu ne mu bintu nga tebagenderedde.

Abantu abamu boogerera waggulu nga gyoli nti bali mu kuyomba. Ebintu bino biringa ebitono, naye bikolwa ebiva mu mubiri nga byegatiddwamu agatali mazima.

Ekigambo 'omubiri' kitera nnyo okukozesebwa mu Baibuli. Mu lunyiriri luno, Yokaana 1:14, ekigambo 'omubiri' wano kikozesebwa n'amakulu ag'okungulu, "Kigambo n'afuuka omubiri, n'abeerako gye tuli, ne tulaba ekitiibwa kye, ekitiibwa ng'ekyoyo eyazaalibwa omu yekka Kitaffe, ng'ajjudde ekisa n'amazima." Naye nga kikozesebwa nnyo mu makulu ag'omwoyo.

Abaruumi 8:5 wagamba, "Kubanga abagoberera omubiri, balowooza bya mubiri, naye abagoberera omwoyo bya mwoyo." Ate mu Baruumi 8:8 wagamba, "...n'abo abali mu mubiri tebayinza kusanyusa Katonda."

Wano, 'omubiri' gukozesebwa mu makulu ag'omwoyo, gutegeeza embala ey'ekibi ng'egatiddwamu omubiri. Gwe mugatte ogw'embala ey'ekibi n'omubiri era nga muno mwe mwaviibwako okumanya okw'amazima. Omulabe Setaani yasimba embala z'ekibi ez'enjawulo mu bantu, era ne zeegatta wamu n'omubiri. Tezitera kulagibwa mbagira nga bikolwa, naye embala zino mweziri mu bantu era nga zisobola okuvaayo ng'ebikolwa obudde bwonna.

Buli lwe twogera ku mbala z'omubiri ezo, tugamba nti 'kintu kya mubiri'. Obukyayi, obuggya, ensaalwa, okulimba, obukalabakalaba, okwemanya, obusungu, okusala emisango, okukolokota, obwenzi, n'omululu nga byonna wamu biyitibwa 'omubiri', era buli kimu ku byo kiyitibwa 'ekintu eky'omubiri'.

Amakulu ga 'Omibiri Munafu'

Yesu bwe yali asaba e Gesusemane, abayigirizwa be baali beebase. Yesu n'agamba Peetero nti, "Mutunule musabe, muleme okuyingira mu kukemebwa, omwoyo gwe gwagala naye omubiri gwe munafu" (Matayo 26:41). Naye kino tekitegeeza nti emibiri gy'abayigirizwa gye gyali eminafu. Peetero yali musajja wa kiwago olw'okuba yali muvubi. Olwo, kitegeeza ki nti 'omubiri munafu'?

Kitegeeza nti olw'okuba Peetero yali tannaba kufuna Mwoyo Mutukuvu, yali musajja wa mubiri eyali tannegirako ddala mubiri nga n'olwekyo yali tateeseteesa mubiri ogw'omwoyo. Omuntu bwe yeggyako ebibi n'agenda mu mwoyo, kwe kugamba bwafuuka omuntu ow'omwoyo era omuntu ow'amazima, emmeeme ye n'omubiri bijja kufugibwa omwoyo gwe. N'olwekyo, wadde ng'omubiri gukooye nnyo, bw'oba ng'oyagala okusigala ng'otunula mu mutima, osobola okwewala okwebaka.

Naye mu kiseera ekyo Peetero yali tannagenda mu mwoyo, nga n'olwekyo, yali tasobola kufuga mbala za bubi gamba nga okukoowa n'obunafu. Kale, wadde yali ayagala okusigala ng'atunula yali tasobola. Yali ali mu kkomo lye ery'omubiri. Okuba n'ekkomo ery'omubiri bweritiyo kitegeeza nti omubiri munafu.

Wabula oluvannyuma lw'okuzuukira n'okulinnya mu ggulu ebya Yesu Kristo, Peetero yafuna Omwoyo Omutukuvu. Kati yali takoma ku kufuga embala ze ez'omubiri wabula yawonyanga n'abalwadde bangi n'okuzuukiza abafu. Yabunyisa enjiri n'okukkiriza okw'amaanyi saako obumalirivu n'asalawo okuba nga akomererwa ng'awunzikiddwa.

Mu mbeera ya Yesu, Yabunyisa enjiri ey'obwakabaka bwa Katonda era n'awonya abalwadde ekiro n'emisana, ne bwe y'abanga tasobodde kulya na kunywa oba okwebaka obulungi. Naye olw'okuba omwoyo Gwe gwe gwafuganga omubiri Gwe, ne mu mbeera nga akooye nnyo, Yali asobola okusaba okutuuka entuuyo ze lwe zaafuuka ng'amatondo g'omusaayi nga gagwa ku ttaka. Yesu yali talina kibi kisikire wadde ekibi kye yeekoledde ye. N'olwekyo, yali asobola okufuga omubiri Gwe n'omwoyo.

Abakkiriza abamu bakola ebibi ne beewolereza nga bagamba nti, "Omubiri gwange munafu." Naye kino bakyogera olw'okuba tebamanyi makulu ga mwoyo ag'ebigambo bino. Tulina okutegeera nti Yesu yayiwa omusaayi Gwe ku musaalaba okutununula si mu bibi byaffe byokka, wabula ne mu bunafu bwaffe. Tusobola okuba abalamu mu mubiri ne mu mwoyo era ne tukola ebintu ebissuka ku muntu wakoma bwe tuba nga tulina okukkiriza era nga tugondera Ekigambo kya Katonda. Era, tulina obuyambi obw'Omwoyo Omutukuvu, n'olwekyo tetulina kugamba nti tetusobola kusaba nti oba tewabadde kirala kye tusobola kukola wabula okwonoona kubanga emibiri gyaffe minafu.

Ebintu eby'Omubiri: Ebibi Ebikoleddwa mu Birowoozo.

Abantu bwe babeera n'omubiri, kwe kugamba bwe babeera ne mbala ey'ekibi nga zegasse n'omubiri, bakola ebibi si mubirowoozo byokka wabula ne mu bikolwa. Bwe babeera balina embala y'okulimba bajja kubba abalala ne mu mbeera etali nnungi. Bwe bakola ebibi mu mitima nga tebabikoze mu bikolwa, kiba 'kintu kya mubiri'.

Katugambe olabye ekikomo ekirungi ekya mulirwana wo. Ne bw'olowooza ku kukibba oba okukitwala, awo oba wayonoonye dda mu mutima. Abantu abasinga kino tebakitwala nga kibi. Naye Katonda anoonya mu mitima munda, era n'omulabe setaani amanyi omutima gw'abantu ogw'ekika kino, kale abeera akulumiriza eri Katonda olw'ekibi ekyo, ekintu eky'omubiri.

Mu Matayo 5:28 Yesu yagamba nti, "...Naye nange mbagamba nti buli muntu atunuulira omukazi okumwegomba, ng'amaze okumwendako mu mutima gwe." Mu 1 Yokaana 3:15 wagamba, "Buli muntu yenna akyawa muganda we ye mussi, era mumanyi nga tewali mussi alina obulamu obutaggwaawo nga bubeera mu ye." Bw'oyonoona mu mutima, kitegeeza nti otaddewo omusingi okuteeka ekibi mu nkola.

Osobola okuteekako akamwenyumwenyu mu maaso era ne weefuula nti oyagala nnyo omuntu wadde ng'omuwalana era ng'oyagala na ku mukuba. Singa wabaawo ekibaawo n'oba nga tokyasobola kubikako, obusungu bwo bubaluka omulundi gumu era oyinza okutandika okuyomba oba okulwana n'omuntu. Naye bwe weggyako embala ey'ekibi ey'obukyayi bwennyini, tolikyawa muntu oyo wadde akukalubiriza nnyo.

Nga bwe kyawandiikibwa mu Baruumi 8:13, "...Kubanga bwe munaagobereranga omubiri mugenda kufa," okujjako nga mwegyeeko ebintu eby'omubiri era oba ojja kukola emirimu gy'omubiri. Wabula ekyawandiikibwa era kigamba, "...naye bwe munaafiisanga ebikolwa by'omubiri, olw'Omwoyo, muliba balamu." Kale, musobola okuba n'ebikolwa eby'obwakatonda era ebituukirivi bwe mugenda nga mweggyako ebintu eby'omubiri kimu ku kimu. Olwo, tuyinza tutya okweggyako amangu ebintu n'emirimu egy'omubiri?

Abaruumi 13:13-14 wagamba, "Tutambulenga nga tuwoomye nga mu musana si mu binyumu ne mu mbaga ez'omukutamiiranga, si mu bwenzi n'obukaba, si mu kuyomba, n'obuggya. Naye mwambale Mukama waffe Yesu Kristo, so temutegekeranga mubiri, olw'okwegomba," ate 1 Yokaana 2:15-16 wagamba, "Temwagalanga nsi newakubadde ebiri mu nsi. Omuntu yenna bw'ayagalanga ensi, okwagala kwa Kitaffe tekuba mu ye. Kubanga buli ekiri mu nsi, okwegomba kw'omubiri, n'okwegomba kw'amaaso, n'okwegulumiza kw'obulamu okutaliimu, tebiva eri Kitaffe, naye biva eri ensi."

Okuva mu nyiriri zino, tusobola okukitegeera nti ebintu byonna mu nsi bireetebwa kwegomba kwa mubiri, okwegomba kw'amaaso, n'okwegulumiza kw'obulamu okutaliimu. Okwegomba mwe muva amaanyi agaleetera abantu okunoonya n'okukkiriza okwegomba omubiri oguggwawo. Maanyi ga maanyi agaleetera abantu okuwulira obulungi olw'eby'ensi n'okubyagala.

Kati katuddeyo mu kifo Kaawa gye yakemembwa omusota okuyita mu lubereberye 3:6: "Omukazi bwe yalaba ng'omuti mulungi okulya, era nga gusanyusa amaaso, n'omuti nga gwa kwegombebwa okuleeta amagezi, n'anoga ku bibala byagwo n'alya, n'awaera ne kumusajja we naye n'alya."

Omusota gw'agamba Kaawa nti yali asobola okuba nga Katonda. Bwe yakkiriza ekigambo ekyo, awo wennyini embala y'ekibi we yamuyingiriramu era n'etuula mu nda mu ye ng'omubiri. Kati awo, okwegomba kw'omubiri ne kuyingira era awo ekibala n'ekirabika nga kirungi okulya. Okwegomba kw'amaaso nakwo ne kujja era awo ekibala n'ekirabika nga kisanyusa amaaso. Okwegulumiza kw'obulamu okutaliimu nakwo ne kuyingirawo era ekibala n'ekyegombebwa okuleeta amagezi. Kaawa bwe yakkiriza okwegomba okw'ekika ekyo, n'ayagala okulya ekibala era n'akirya. Edda yali tayagalangako kugyemera Ekigambo kya Katonda wadde n'akatono, Naye okwegomba kwe bwe kwajjamu ekikusindiikiriza, ekibala n'ekirabika bulungi. Era bwe yeegomba okuba nga Katonda, ku nkomerero n'ajeemera Katonda.

Okwegomba kw'omubiri, okwegomba kw'amaaso, n'okwegulumiza kw'obulamu okutaliimu kutuleetera okuwulira nti ebibi n'obubi birungi. Kati, n'ekiyimusa ebintu eby'omubiri era ekivaamu gy'emirimu gy'omubiri. N'olwekyo, okwesalako ebintu eby'omubiri, tulina okusooka okwesalako okw'egomba kuno okw'emirundi esatu. Kati awo tusobola okutandika okwesalako omubiri gw'ennyini okuva mu mutima gwaffe.

Singa Kaawa yali ategedde obulumi bwe baali bajja okuyitamu bwe bwali bwenkana ng'alidde ekibala ekyo, teyandikirabye nti kirungi okulya nti era kisanyusa amaaso. Kyokka yanditidde n'okukikwatako oba wadde okukiraba n'okulowooza okukirya. Mu ngeri y'emu, bwe tutegeera obulumu obungi bwe twolekedde buli lwe twagala ensi nti kijja okutuviirako okugwa mu kibonerezo gye Ggeyeena, ddala tujja kuba tetusobola kwagala nsi. Kasita tutegeera nti ebintu ebirimu ekibi tebiriimu muwendo gwonna, olwo nno tusobola okweggyako okwegomba kw'omubiri. Kino kannyongere okukinyonyola.

Okwegomba kw'Omubiri

Okwegomba kw'omubiri gwe muze ogw'okugoberera omubiri n'okukola ebibi. Bwe tuba n'embala gamba nga obukyayi, obusungu, okweyagaliza wekka, obukaba, obuggya, n'amalala, awo okwegomba kw'omubiri kuba kusoomoozebwa. Bwe tusisinkana embeera nga embala eno ey'ekibi esoomoozebwa olwo okwagala kw'akyo kuyimusibwa. Kino kijja kutuleetera okuwulira nti ekibi kirungi era kisanyusa. Mu kiseera kino ebintu eby'omubiri bibikkulwa era ne bifuuka emirimu gy'omubiri.

Eky'okulabirako, katugambe omuntu eyakalokoka asalawo okuva ku mwenge, naye ng'akyegomba okunywa omwenge, nga kino kye kintu eky'omubiri. Kale bwagenda mu bbaala oba mu kifo abantu mwe banywera omwenge, okwegomba kw'omubiri okw'okunywa omwenge kusoomoozebwa. Kino ne kiyimusa okw'egomba kw'omusajja era ne kimuviirako okunywa omwenge n'okutamiira.

Kankuwe eby'okulabirako ebirala. Bw'obeera olina embala ey'okusalira abalala emisango n'okubakolokota, obeera oyagala nnyo okuwuliriza eng'ambo okuwulra ebyo ebikwata ku balala. Osobola okuwulira nti olugambo lunyuma n'okulusaasaanya. Bwe tuba n'obusungu mu ffe era ne wabaawo ekintu kye tutakkiriziganya nakyo, tuwulira bulungi ng'abazzeemu amaanyi bwe tukambuwalira omuntu oba okukambuwala olw'ekintu. Bwe twefuga obutagoberera mbala ya mubiri ey'okusunguwala, tulaba nga kituluma nnyo era nga tekigumiikirizika. Bwe tubeera ab'amalala, awo mu malala gaffe tuba twagala nnyo okwewaana. Era mu malala gaffe tuba twagala nnyo abalala okutuweereza nga tugoberera ezo embala mu ffe. Bwe tuyaayaana okufuuka abaggagga, tugezaako okunoonya obuggagga nga tetufaayo oba tulina abantu betukosa, oba okuleetera abalala okubonaabona. Okuyaayaana kuno okw'omubiri kujja kweyongera buli gye tukoma okukola ebibi.

Naye omuntu ne bw'aba yakalokoka era ng'alina okukkiriza okutono, bw'asaba obutalekaayo, afuna ekisa okuva mu kussa ekimu n'abalala, era najjuzibwa Omwoyo Omutukuvu, okw'egomba kwe okw'omubiri tekujja kwanguwa kusoomoozebwa. Wadde ng'okwegomba kw'omubiri kuyimusiddwa mu kasonda akamu mu mutima gwe, asobola okukugoberawo n'amazima. Naye bwalekayo okusaba era n'afiirwa obujjuvu bw'Omwoyo Omutukuvu, ajja kuba aleseewo omwaganya Setaani mwayita okuyimusa okwegomba kw'omubiri nate.

Olwo, kiki ekikulu mu kwesalako okwegomba kw'omubiri? Kwe kukuuma obujjuvu bw'Omwoyo Omutukuvu, olwo okuyaayaana kwo okunoonya omwoyo kujja kusigala nga kw'amaanyi okusinga okuyaayaana kwo okw'okunoonya omubiri. Bulijjo tulina okuba nga tutunula mu mwoyo nga bwe kyayogerebwa mu 1 Peetero 5:8, "Mutamiirukukenga, mutunulenga, omulabe wammwe Setaani atambulatambula, ng'empologoma ewuluguma ng'anoonya gw'anaalya."

Okusobola okukola ekyo, tetulina kulekayo kusaba. Wadde

emirimu gya Katonda gitumalawo, tujja kufiirwa obujjuvu bw'Omwoyo Omutukuvu bwe tulekerawo okusaba. Awo ekkubo lijja kuba ligguliddwawo okwegomba kw'omubiri mwe kujja okuyita okukusoomooza. Mu ngeri eno, tukola ebibi mu birowoozo era ne mu bikolwa. Eno yensonga lwaki Yesu, Omwana wa Katonda, yateekawo eky'okulabirako ekirungi ng'asaba obutalekaayo mu bulamu Bwe ku nsi kuno. Teyalekerawo kuwuliziganya na Kitaawe era n'atuukiriza Okwagala Kwe.

Bwe weggyako ebibi era n'otuuka ku bulongoofu, wajja kuba tewali kwegomba kwa mubiri kuvaayo, era n'olwekyo tojja kugondera mubiri okusobola okwonoona. Kale, abo abalongoofu tebajja kusabira kwetemako okwegomba kw'omubiri, wabula okufuna obujjuvu obusingawo obw'Omwoyo n'okutuukiriza obwakaba bwa Katonda mu ngeri ey'amaanyi.

Watya nga tulina empitambi ku ngoye zaffe? Tetujja kukoma kugisiimuulako kyokka wabula, tujja nakwoza engoye ezo ne ssabbuuni okuwunya nakwo kugende. Envunyu oba ensiring'anyi bwesangibwa ku lugoye, tuba tujja kwewunya nnyo era amangu ddala tugyekunkumuleko. Naye ebibi by'omutima bisinga ku bubi oba envunyu obuccaafu nga bwe kyawandiikibwa mu Matayo 15:18, "Naye ebifuluma mu kamwa biva mu mutima, n'ebyo bye byonoona omuntu," bikosa omuntu mu magumba ne mu busomyo era bino bivaako obulumi obw'amaanyi.

Watya omukyala akizuula nti bba alina omukazi omulala? Nga bannange kiyinza okumuluma! Kye kimu n'omusajja bw'ategeera nti mukyala we alinayo omulala gw'alaba. Kijja kuleetawo enkaayana okumalawo emirembe mu maka, oba kiyinza n'okuviirako amaka okusasika. N'olwekyo tulina okwegyako okwegomba kw'omubiri amangu ddala kubanga kuzaala kibi n'ebikuvaamu tebiba birungi.

Okwegomba kw'Amaaso

'Okwegomba kw'amaaso' kusiikuula omutima n'okuwulira saako okulaba era ne kuleetera omuntu okunoonya ebintu eby'omubiri. Wadde kiyitibwa 'okwegomba kw'amaaso,' okwegomba kw'amaaso kuno kujja mu mitima gy'abantu okuyita mu kulaba, okuwulira, n'okuyita mw'ekyo omuntu kyawulira munda mu ye bwe bagenda nga bakula. Kwe kugamba, ebyo bye balaba n'okuwulira bikwata ku mitima gyabwe okubawa kye bawulira munda mu bo, era okuyita mu ngeri eno bafuna 'okwegomba kw'amaaso'.

Bw'obaako ekintu ky'olaba, bw'okikkiriza awamu n'ekyo ky'owulira munda mu ggwe, ojja kuwulira mu ngeri y'emu bw'onoddamu okulaba ekintu ekikifaanana. Ne bw'oba tokirabye, bw'okiwulirako obuwulizi, ojja kujjukira ekyo kye walaba oba okuyitamu olwo okwegomba kw'amaaso go kusobola okusiikuulwa. Bw'ogenda mu maaso n'okufuna okwegomba kw'amaaso, kijja kupikiriza okwegomba kwo okw'omubiri, era ojja kumaliriza oyonoonye.

Kiki ekyatuuka ku Daudi bwe yalaba Basuseba, mukyala wa Uliya ng'anaaba? Yali teyegyangamu okwegomba okw'amaaso era nakukkiriza, bwatyo okwegomba kwe okw'omubiri ne kusiikuuka okw'amuleetera okwagala okutwala omukazi. Era ekyavaamu, omukazi yamweddiza era n'akola n'ekibi eky'okusindika bba w'omukazi Uliyo mu kifo olutalo we luli olw'amaanyi ennyo asobole okuttibwa. Mu kukola kino Daudi yeereetako okugezesebwa okw'amaanyi.

Bwe tuteesalako kwegomba kw'amaaso, kusigala nga kusiikuula embala ey'ekibi mu ffe. Eky'okulabirako, bwe tutunuulira ebifaananyi eby'obuwemu, kisiikuula embala y'ekibi mu ffe ey'omutima ogw'obwenzi. Bwe tuba nga tulaba n'amaaso, okwegomba kw'amaaso kujja mu ffe, era bwatyo Setaani naye navuga ebirowoozo byaffe eri agatali mazima.

Abo abakkiririza mu Katonda tebalina kukkiriza kwegomba kw'amaaso. Tolina kulaba oba okuwulira ebyo ebitaliimu mazima, era tolina na kugenda mu bifo gy'osobola okugwiira ku bintu ebitaliimu mazima. Wadde osabye kyenkana ki, oba okusiiba, n'osaba ekiro kyonna, tosobola kweggyamu mubiri, bw'oteesalako kwegomba kw'amaaso, okwegomba kwo okw'omubiri kujja kufuna amaanyi nate era kusiikuulibwe n'amaanyi. Era ekinaavaamu, obeera tosobola kweggyako mubiri mu bwangu ojja kuwulira nga kizibu okulwanagana n'ekibi.

Eky'okulabirako, mu lutalo, abasirukale abali mu kibuga ekimu bwe bafuna ebibayamba okuva ebweru w'ekibuga, bafuna amaanyi era ne beeyongera okulwana. Era tekiba kyangu okumalawo eggye ly'omulabe ali mu kibuga munda. N'olwekyo, okusobola okuwamba ekibuga ekyo tusooko okukyebungulula era ne tubasalako ebyo byonna bye bafuna eggye ly'omulabe n'eriba nga terisobola kufuna bintu nga mmere wadde eby'okulwanyisa. Bwe tugenda mu maaso n'okulumba nga ne mbeera bwe tugenda mu maaso n'okugifuga, awo eggye ly'omulabe lijja kusaanyizibwawo.

Nga nkozesa eky'okulabirako ekyo, eggye ly'omulabe mu kibuga bwe liba nga ge gatali mazima, gamba nga omubiri mu ffe, olwo ebiyambako okuva ebweru w'ekibuga kwe kujja okubeera okwegomba kw'amaaso. Bwe tuteesalako kwegomba kw'amaaso, tuba tetujja kusobola kweggyako kibi ne bwetuba tusiibye n'okusaba, kubanga embala y'ekibi ebeera egenda mu maaso n'okufuna amaanyi. Kale, tulina kusooka kwesalako kwegomba kw'amaaso olwo ne tusaba n'okusiiba okusobola okweggyako embala y'ekibi. Olwo nno tujja kuba tusobola okubyeggyamu n'ekisa kya Katonda n'obujjuvu bw'Omwoyo Omutukuvu.

Kankuwe eky'okulabirako ekyangu. Bwe tugenda mu maaso n'okuyiwa amazzi amayonjo mu kibya ekijjudde amazzi amaccaafu, amazzi agaddugala gajja kumaliriza gafuuse mayonjo. Naye watya ne tubeera nga tuyiwamu amazzi amayonjo kyokka nga bwe tuyiwamu n'agaddugala? Amazzi agaddugala mu kibya tegalifuuka mayonjo ne bwe tufukamu amazzi amayonjo okwenkana ki. Mu ngeri y'emu, tetulina ku kkiriza gatali mazima malala, wabula amazima gokka ffe okusobola okweggyako omubiri era tuteeketeeke emitima egy'omwoyo.

Okwegulumiza kw'Obulamu Okutaliimu

Abantu batera nnyo okwagala okwegulumiza. "okwegulumiza kw'obulamu okutaliimu" kwe "kwessukulumya n'okwegulumiza mu kikula kyaffe kwetwenyumirizaamu mu bulamu bw'ensi." Eky'okulabirako, baagala okwewaana olw'amaka gaabwe, abaana, omwami oba omukyala, engoye ez'ebbeeyi, ennyumba ennungi, oba eby'okwewunda. Baagala balabibwe nga bwe banyumye oba nga bwe balina ebitone. Bamanyi n'okwewaana olw'emikwano gye balina n'abantu ab'amaanyi oba abamanyiddwa. Bw'oba n'okwegulumiza kw'ensi eno okutaliimu, obeera obuggagga obutwala ng'eky'omuwendo, ettutumu, okumanya, talanta, n'endabika eby'ensi eno era ng'ofuba nnyo okubinoonya.

Naye kigasa ki okwenyumiriza mu bintu eby'ekika ekyo? Omubuulizi 1:2-3 wagamba nti buli kimu ekiri mu nsi kya butaliimu. Nga bwe kyawandiikibwa mu Zabbuli 103:15, "Omuntu, ennaku ze ziri ng'omuddo, ng'ekimuli eky'omu nsiko, bw'ayera bw'atyo," okwenyumiriza mu bintu by'ensi eno tekisobola kutuwa muwendo mutuufu oba obulamu. Kyokka kya bulabe mu maaso ga Katonda era nga kitutwala mu kufa. Bwe twegyako omubiri ogutaliimu, tujja kuba tetukyenyumiriza oba okwegomba era awo tujja kuba tugoberera mazima gokka.

1 Abakkolinso 1:31 watugamba nti buli oyo yenna eyeenyumiriza, yeenyumirizenga mu Mukama. Kitegeeza nti tetulina kwenyumiriza mu byaffe wabula tugulumizenga ekitiibwa kya Katonda. Kwe kugamba, kwe kwenyumiriza mu musaalaba ne mu Mukama oyo eyatulokola ne mu bwakabaka obw'omu ggulu obwo bwatutegekedde. Era, tulina okwenyumiriza mu kisa, emikisa, ekitiibwa na buli Katonda kyatuwadde. Bwe twenyumiriza mu Mukama, Katonda akisanyukira, era natuddizzaawo emikisa gy'ebyo bye tukwatako

n'eby'omwoyo.

Obuvunaanyizibwa bw'omuntu kwe kutya Katonda. N'okukwatanga ebiragiro Bye, era ng'omuwendo gw'omuntu gujja kusalibwawo okusinziira ku gyakomye okufuuka omuntu ow'omwoyo (Omubuulizi 12:13).

Bwe tweggyako ebibi byonna n'obubi, kwe kugamba emirimu gy'omubiri n'ebintu eby'omubiri, era ne tukomyawo ekifaananyi kya Katonda ekyabula, tusobola okusukuluma ku ddala omusajja eyasooka Adamu kwe yali, ng'ono yali omwoyo omulamu. Kino kitegeeza nti tusobola okufuuka abantu ab'omwoyo era ne tufuna omwoyo omujjuvu. N'olwekyo, tetulina kulekerawo mubiri n'okwegomba kwago omwagaanya, wabula twambale Kristo.

Essuula 4

Okussukuluma ku Ddaala Ery'Omwoyo Omulamu

Bwe tumenyaamenya ebirowoozo by'omubiri byonna, emirimu gye mmeeme egy'omubiri gibulawo, era emirimu gye mmeeme gyokka egy'amazima nga gino gikolebwa ku bw'omwoyo gye gisigala. Emmeeme ebeera egondera mukama waayo omwoyo mu ngeri yonna ne 'Amiina'. Omukulu bw'akola omulimu gw'obukulu bwe ne gwe bakulira n'akola omulimu gwe, olwo tugamba nti emmeeme zaffe zitambula bulungi.

Omutima gw'Omuntu Oguliko Ekkomo

Okufuuka Omuntu ow'Omwoyo

Omwoyo Omulamu n'Omwoyo Omuteeketeeke

Okukkiriza okw'Omwoyo kwe Kwagala Okutuufu

Okudda eri Obutuukirivu

Abaana abawere bantu naye tebasobola kukola bintu omuntu omukulu byasobola okukola. Tebalina kyebamanyi. Tebasobola na kwawula bazadde baabwe. Tebamanyi ngeri yakubeerawo nga balamu. Mu ngeri y'emu, Adamu, nga yatondebwa ng'omwoyo omulamu yali tasobola kukola mulimu gwe ng'omuntu, olubereberye. Yajja okuba omuntu ategerekeka ng'amaze okuweebwa amagezi ag'omwoyo. Bwatyo n'abeerawo nga mukama w'ebitonde byonna bwe yagenda ng'amanya eby'omwoyo okuva eri Katonda kimu ku kimu. Mu kiseera ekyo, omutima gwa Adamu gwali mwoyo gwennyini, kale waali tewali bwetaavu bwakukozesa ekigambo 'omutima'.

Naye bwe yamala okwonoona, omwoyo gwe ne gufa. Okumanya okw'omwoyo ne kutandika okutiiriika okumuvaamu mpola mpola, era awo nazzaawo okumanya okw'omubiri nga kuno kuva eri Setaani. Omutima gwe gwali tegukyasobola kuyitibwa 'mwoyo' nate, era okuva n'olwo ne guyitibwa 'omutima'.

Mu kusooka, omutima gwa Adamu gwali gwatondebwa mu kifaananyi kya Katonda nga Ye mwoyo. Omutima gwa Adamu gwali gusobola okugaziyizibwa okuba nga gwali gujjuzibwa amagezi ag'omwoyo. Naye omwoyo gwe bwe gwamala okufa, okumanya okw'agatali mazima ne kwe bulungulula omwoyo, era kati obunene bw'omutima ne butandika okubaako ekkomo. Okuyita mu mmeeme nga yeeyafuuka mukama w'abantu, abantu baatandika okuyingiza okumanya okwa buli ngeri, era ne batandika okukozesa amagezi ag'ekika ekyo mu ngeri ez'enjawulo. Okusinziira ku kumanya okw'enjawulo n'engeri ez'enjawulo ez'okukozesaamu okumanya, emitima gy'abantu ne gitandika okukozesebwa mu ngeri ez'enjawulo.

N'olwekyo, n'abo abalina emitima emineneko balina ekkomo lye batalina kussuka nga lino lyatondebwawo obutuukirivu bwa buli muntu ssekkinnoomu, n'ebyo kwe babupimira saako enjigiriza ezaabwe. Naye bwe tukkiriza Mukama Yesu Kristo, era ne tufuna Omwoyo Omutukuvu, era ne tuzaala emyoyo gyaffe okuyita mu Mwoyo, olwo tuba tusobola okussukuluma ekkomo ery'abantu. Era, gye tukoma okuteekateeka omutima ogw'omwoyo, tusobola okutegeerako n'okuyiga ku nsi ey'omwoyo etaliiko kkomo.

Omutima gw'Omuntu Oguliko Ekkomo

Abantu ab'emmeeme bwe bawulira Ekigambo kya Katonda, obubaka busooka kuteekebwa mu bwongo bwabwe, olwo ne bugenda mu birowoozo by'abantu. Olw'ensonga eno tebasobola kukkiriza Kigambo Kye na mitima gyabwe. Kiba bwe kityo nti tebasobola kutegeera bintu bya mwoyo wadde okukyusa nga bakozesa amazima. Bagezaako okutegeera ensi ey'omwoyo nga bakozesa emitima gyabwe egiriko ekkomo, olwo ne batandika okusala emisango n'okukolokota. Balina na bingi bye bategeera obubi era ne batuuka n'okukolokota ne Bajjajja b'okukkiriza mu Baibuli.

Katonda bwe yalagira Yibulayimu okuwaayo omwana we yekka Isaaka, abamu bagamba nti kirabika kyamubeerera kizibu nnyo Yibulayimu okugondera ekiragiro ekyo. Boogera ebigambo nga bino: Katonda yaganya Ibulayimu okutambula okumala ennaku ssatu eri olusozi lwa Moliya okugezesa okukkiriza kwa Ibulayimu; bwe yali agenda, Yibulayimu ateekwa okuba yalumwa nnyo ng'alowooza okugondera ekiragiro kya Katonda oba nedda. Naye, ku nkomerero yasalawo okugondera ekigambo kya Katonda.

Naye nga ddala Ibulayimu yalina ekizibu ekifaananako bwe kityo? Yakeera ku makya nnyo nga teyeebuzizza na ku mukyala we, Sarai. Yali akkiririza mu maanyi n'obulungi bwa Katonda oyo asobola okuzuukiza abafu. Olw'ensonga eno yasobola okuwaayo omwana we omu yekka nga takalambidde mu ngeri yonna. Katonda yalaba omutima gwe ogw'omunda era nakkiriza okwagala kwe n'okukkiriza. Era ekyavaamu, Yibulayimu yafuuka jjajja w'abakkiriza bonna era n'ayitibwa 'mukwano gwa Katonda'.

Omuntu bw'aba tategeera ddaala ery'okukkiriza n'obugonvu ebyo ebisobola okusanyusa Katonda, asobola okutegeera obubi ebintu ng'ebyo kubanga ye alowooza n'omutima gwe oguliko ekkomo era ng'okukkiriza kwe we kukoma. Tusobola okutegeera abo abagala Katonda okutuuka ku ddala erisembayo era ne basanyusa Katonda okusinziira ku gye tukoma okweggyako ebibi n'okuteekateeka omutima ogw'omwoyo.

161

Okufuuka Omuntu ow'Omwoyo

Katonda mwoyo, era bwatyo ayagala abaana Be n'abo bafuuke abantu ab'omwoyo. Olwo tukola ki okusobola okufuuka abantu ab'omwoyo; omwoyo gwaffe gube nga gwe gufuuse mukama w'emmeeme n'omubiri? Ekisinga obukulu mu byonna, tulina okweggyako ebirowoozo ebitaliimu mazima, kwe kugamba ebyo ebirowoozo eby'omubiri, olwo tuleme okufugibwa Setaani. Wabula tulina, okuwulira eddoboozi ery'Omwoyo Omutukuvu oyo akwata ku mitima gyaffe okuyita mu Kigambo eky'amazima. Tulina okuganya emmeeme zaffe okugondera eddoboozi eryo mu ngeri yonna. Bwe tuwuliriza Ekigambo kya Katonda, tulina okukikkiriza ne 'Amiina' era ne tusaba n'obunyiikivu okutuuka nga tutegedde amakulu ag'omwoyo ag'ekigambo Kye.

Mu kukola kino, bwe tufuna obujjuvu bw'Omwoyo Omutukuvu, omwoyo gwaffe gujja kuba nga gwe gulina obuyinza, era tusobola okutuuka ku mutendera ogw'omwoyo wetusobola okuwuliziganya ne Katonda bulijjo. Mu ngeri eno, emmeeme bwegondera Mukama waayo, nga gwe mwoyo, mu bujjuvu era n'ekola ng'omuddu, olwo nno tusobola okugamba nti emmeme zaffe 'zikulaakulana'. Emmeeme zaffe bwe ziba zikulaakulana, tujja kukulaakulana mu bintu byonna era tujja kuba balamu.

Bwe tutegeera obulungi engeri emmeeme gy'ekolamu ne tugikomyawo ku ngeri Katonda gyayagala, olwo tuba tetukyafuna kusiikuulwa kwa setaani. Mu ngeri eno, tusobola okukomyawo ekifaananyi kya Katonda Adamu kye yafiirwa bwe yagwa. Awo, engeri omwoyo, emmeeme, n'omubiri gye birina okukolamu ejja kusimbibwa bulungi, era tusobola okufuuka abaana ba Katonda abatuufu. Olwo nno tusobola n'okussukuluma ku ddala ly'omwoyo omulamu, nga lino Adamu kwe yali. Tetujja kukoma ku kufuna buyinza n'amaanyi okusobola okufuga ebintu byonna wabula n'okweyagalira mu bulamu obutaggwawo n'essanyu mu bwakabaka bw'omu ggulu, nga lino liri ku mutendera ogwa waggulu okusinga ku Lusuku Adeni. Nga bwe kyawandiikibwa mu 2 Bakkolinso 5:17, "Omuntu yenna bw'aba mu Kristo ky'ava abeera ekitonde ekiggya, eby'edda nga biweddewo, laba, nga bifuuse biggya," tujja kufuukira ddala ekitonde ekiggya mu Mukama.

Omwoyo Omulamu n'Omwoyo Oguteekedwatekeddwa

Bwe tugondera ebiragiro bya Katonda ebitugamba obutakola ebintu ebimu n'okwekuumanga ebintu ebimu, kitegeeza nti tuba tetukola mirimu gya mubiri era tuba twekuumira mu mazima. Ku ssa lino, tuba tweyongera okufuuka abantu ab'omwoyo. Era gye tukoma okuba abantu ab'omubiri abatambulira mu gatali mazima, tusobola okuba n'ebizibu eby'enjawulo oba n'okulwala, naye bwe tufuuka abantu ab'omwoyo, tujja kukulaakulana mu bintu byonna era tujja kuba balamu.

Era, bwe tweggyako obubi nga Katonda bwatugamba okweggyako ebintu ebimu, ebintu byaffe 'ebintu eby'omubiri' n'ebirowoozo eby'omubiri bijja kumenyamenyebwa, kale tube ne mmeeme ey'amazima. Bwe tuba nga tulowooleza mu mazima gokka, tuba tujja kuwulira bulungi nnyo eddoboozi ery'Omwoyo Omutukuvu. Bwe tugondera mu ngeri yonna ebiragiro bya Katonda ebitulagira okwekuuma, obutakola, oba okweggyako ebintu ebimu, tusobola okulabibwa ng'abantu ab'omwoyo kubanga tetujja kuba na gatali mazima mu ffe. Era, bwe tutuukiriza ebiragiro bya Katonda mu bujjuvu ebitugamba okubaako ebintu bye tukola, Olwo tujja kufuuka abantu ab'omwoyo.

Era, waliwo enjawulo y'amaanyi wakati w'abantu bano ab'omwoyo ne Adamu eyalinga omwoyo Omulamu. Adamu yali tayitangako mu bintu eby'omubiri ng'okuyita mu kuteekebwateekebwa kw'abantu, era n'olwekyo, yali tayinza kutwalibwa nga ekitonde ky'omwoyo ekijjuvu. Yali tasobola kutegeera kintu kyonna kikwatagana na nnaku, obulumi, okufa, oba okwawukana nga bino byonna bireetebwa mubiri. Kino kitegeeza, nti yali tayinza, kusiimira ddala oba okwebaza wadde okwagalira ddala. Wadde Katonda yamwagala nnyo, yali tasobola kusiima bulungi bwa kwagala okwo. Yali ali mu kintu ekisingayo, naye yali tawulira muli nti yali musanyufu nnyo. Kale yali tayinza kufuuka omwana wa Katonda omutuufu eyali asobola okugabana omutima gwe ne Katonda. Okujjako ng'omuntu amaze kuyita mu bintu eby'omubiri ng'era abimanyi olwo lwayinza okufuuka ekitonde eky'omwoyo ekituukiridde.

Adamu bwe yali omwoyo omulamu, yali tayitangako mu kintu kya mubiri. N'olwekyo, bulijjo wabangawo obusobozi ye okukkiriza omubiri n'okwonoonebwa. Omwoyo gwa Adamu gwali si mujjuvu era nga tegutuukiridde mu makulu gennyini, era nga guli omwoyo oguyinza okufa. Eyo yensonga lwaki yayitibwa ekitonde ekiramu, ekitegeeza omwoyo omulamu. Ate awo, waliwo abayinza okubuuza omwoyo omulamu gwakkiriza gutya okukemebwa kwa Setaani. Kankuwe eky'okulabirako wano.

Katugambe waliwo abaana babiri mu maka abagonvu ennyo. Omu nga yali ayidde ku mazzi kyokka ng'omulala tegamwokyangako. Lumu, maama n'asonga ku bbinika ejjudde amazzi ageesera n'abagamba nti temugikwatangako. Era engeri gye bagondera ennyo nyabwe bulijjo, bombi ne batagikwatako.

Naye omu ku baana eyali akiyiseemu era akimanyi bulungi nti amazzi gookya era gabulabe, ye agonda kyeyagalire. Era ategeera n'omutima gwa maama engeri maama waabwe gy'abagala n'okugezaako okubakuuma bw'aba abalabula mu ngeri eno. Kino si bwe kiri ku mwana atayokyebwangako mazzi era ye aba ayagala okumanya kiki ekibaawo kyennyini buli lwalaba ebbinika y'amazzi eyesera. Tasobola kutegeera lwaki nnyina agibagaana. Bulijjo abeera asobola okukwata ku bbinika eyo eyokya olw'okwagala okumanya bw'ebeera.

Kye kimu n'omwoyo omulamu Adamu. Yawulira nga buwulizi nti ekibi n'obubi bya ntiisa, naye yali tabiyitangamu. Waali tewaliiwo ngeri gye yali ayinza kumanyira ddala ekibi n'obubi kye byali bitegeeza. Kubanga yali tabirabangako era ng'enjawulo tagirozangako, era oluvannyuma n'akkiriza okukemebwa kwa Setaani nga yeeyagalidde ng'alya ekibala ekyagaanibwa.

Ekitali ku Adamu, omwoyo omulamu eyali tategeeranga njawulo eriwo mu bintu eby'enjawulo, Katonda yali ayagala abaana ba Katonda abo, abamaze okulaba eby'omubiri, nga kati balina emitima egy'omwoyo era abatayinza kukyusa nate ndowooza zaabwe. Abategedde enjawulo eriwo wakati w'omubiri n'omwoyo. Balabye n'okuloza ku kibi n'obubi, obulumi, ne nnaku mu nsi eno, kale bamanyi engeri omubiri gye guleetamu obulumi, obukyafu, era teguliimu . Era, bamanyi bulungi nnyo omwoyo nga guno gwe gukontana n'omubiri. Bamanyi engeri omwoyo bwe guli omulungi. Kale nga beeyagalidde, tebasobola kuddamu kukkiriza mubiri. Eno yenjawulo eriwo wakati w'omwoyo omulamu n'omwoyo oguteekeddwateekeddwa.

Omwoyo omulamu gulina kugonda bugonzi kyokka gwo Omwoyo omuteeketeeke gugonda okuva mu mutima kubanga gumanyi obulungi n'obubi. Era, abantu abo ab'omwoyo abegyeeko buli kibi kyonna n'obubi bajja kufuna omukisa ogw'okuyingira mu bwakabaka bw'eggulu ery'omulundi ogw'okusatu, mu kimu ku bifo eby'enjawulo eby'omu Ggulu era abantu ab'omwoyo omujjuvu, bajja kuyingira mu kibuga kya Yerusaalemi Empya.

Okukkiriza okw'Omwoyo kwe Kwagala Okutuufu

Bwe tumala okufuuka abantu ab'omwoyo mu kutambula kw'okukkiriza kwaffe, tujja kuba tusobola okuwulira essanyu n'okusanyuka eby'oku mutendera omulala ennyo. Tujja kuba ne ddembe ly'ennyini mu mutima. Tujja kubeera basanyufu bulijjo, nga tusaba obutalekayo, n'okwebaza mu buli kimu nga bwe kiri mu 1 Bassasseloniika 5:16-18. Tutegeera omutima gwa Katonda n'okwagala Kwe mu kutuwa essanyu lyennyini, kale ne tuba nga tusobola okwagala Katonda n'emitima emituufu n'okumwebaza.

Twawulira nti Katonda kwagala, naye nga tetunafuuka bantu ab'omwoyo, tetusobola kumanya kwagala okwo. Okujjako nga tutegedde ekigendererwa ky'okuteekateeka kw'omuntu, olwo lwe tusobola okutegeera mu buziba nti Katonda kwagala kwennyini n'engeri gye tulina okusooka okumwagala okusinga ekintu ekirala kyonna.

Kavuna tuba nga tetwegyeemu mubiri okuva mu mitima gyaffe, okwagala kwaffe n'okwebaza tebiba by'amazima. Wadde tugamba nti twagala nnyo Katonda era tumwebaza, tusobola okukyusa engeri obulamu bwaffe gye butambulamu ebintu bwe tuba tetukyabiganyulwamu. Tugamba nti twebaza ebintu bwe biba bitambula bulungi, naye mangu ddala twerabira ekisa Kye bwe wayitawo ebbanga. Bwe wabaawo ebintu ebizibu mu maaso gaffe, mu kifo ky'okujjukira ekisa, tuggwamu amaanyi oba okunyiiga. Twerabira okwebaza kwe tubadde tukola n'ekisa kye twafuna.

Naye okwebaza okw'abantu ab'omwoyo kuviira ddala ku ntobo y'emitima gyabwe, kale tekusobola kukyuka wadde nga wayiseewo ekiseera. Bategeera ekigendererwa kya Katonda oyo ateekateeka abantu obulumi ne bwe bwenkana butya obukuvaamu, era beebaza mu mazima okuva ku ntobo y'emitima gyabwe. Era, baagalira ddala n'okwebaza Mukama Yesu oyo eyagenda ku musaalaba ku lwaffe n'Omwoyo Omutukuvu oyo atutwala eri amazima. Okwagala kwabwe n'okwebaza tekukyukakyuka.

Okudda Eri Obutuukirivu

Abantu baayonoonebwa n'obubi, naye bwe baamala okukkiriza Yesu Kristo era ne bafuna ekisa eky'obulokozi basobola okukyusibwa n'okukkiriza saako amaanyi g'Omwoyo Omutukuvu. Kati olwo basobola okussukuluma ne ku mutendera ogw'omwoyo omulamu. Okutuuka ku ssa nti agatali mazima gabavaamu ne waddawo amazima, basobola okufuuka abantu ab'omwoyo nga batuukiriza obutuukirivu mu bbo.

Ebiseera ebisinga, abantu bwe balaba ebintu ebibi, bagatta ebyo bye balaba n'agatali mazima mu bbo, olwo bye bawulira mu nda mu bo ne bye balowooza ne buba bubi. Mu ngeri eno, babeera tebayinza kukyebeera wabula okulaga ebikolwa eby'obubi. Naye abo abaloongoseddwa tebalinaamu gatali mazima mu bbo, era n'olwekyo tewali birowoozo bya bubi wadde ebikolwa ebikyamu bijja kubavaamu. Okusookera ddala tebalaba bintu bibi, era nga ne bwe babiraba, ebintu ebyo tebikwatagana na birowoozo bikyamu oba bikolwa.

Tutwalibwa nti tulongooseddwa bwe tuteekateeka omutima omulongoofu nga tegulinaako lufunyiro lwonna wadde ebbala nga tusikayo n'obwo obubi obuli wansi w'emitima gyaffe. Abo abalina ebirowoozo eby'omwoyo byokka, kwe kugamba abo abalaba, abawulira, aboogera, era abakolera mu mazima gokka be baana ba Katonda abatuufu abassukulumye mu mutendera ogw'omwoyo.

Nga bwe kyawandiikibwa 1 Yokaana 5:18, "Tumanyi nga buli muntu yenna eyazaalibwa Katonda takola kibi, naye eyazaalibwa Katonda amukuuma, omubi n'atamukomako," mu nsi ey'omwoyo, amaanyi tegaliimu kibi kyonna. Obutaba na kibi bwe butuukirivu. Olw'ensonga eno tusobola okukomyawo obuyinza obwali buweereddwa omwoyo omulamu Adamu, nga tuwangula saako okufuga omulabe setaani okusinziira gye tukoma okweggyako ebibi.

Bwe tufuuka abantu ab'omwoyo, omulabe setaani tayinza na kutukwatako, era bwe tufuuka abantu ab'omwoyo omujjuvu era ne tuzimba obulungi n'okwagala, tujja kuba tusobola okukola emirimu egy'Omwoyo Omutukuvu egy'amaanyi n'okukola ebintu ebinene era eby'amaanyi.

Tusobola okufuuka abantu ab'omwoyo era omwoyo omujjuvu nga tulongoosebwa (1 Abasessaloniika 5:23). Bwe tulowoozo ku Katonda oyo ateekateeka abantu, era ng'abadde abagumiikiriza okumala ekiseera ekiwanvu okusobola okufuna abaana abatuufu, olwo tusobola okutegeera nti ekintu ekisingayo obukulu mu bulamu kwe kufuuka abantu ab'omwoyo era omwoyo omujjuvu.

 Omwoyo, Emmeeme, n'Omubiri: Ekitabo 1

Ekitunda 3

Okukomyawo Omwoyo

Ndi muntu ow'Omubiri oba ow'Omwoyo?
Omwoyo, n'Omwoyo omujjuvu Byanjawulo?

"Yesu n'addamu nti, 'Ddala ddala nkugamba nti Omuntu
Bw'atazaalibwa mazzi na mwoyo,
Tayinza kuyingira mu bwakabaka bwa Katonda.
Ekizaabwa omubiri kiba mubiri,
n'ekizaalibwa Omwoyo kiba mwoyo.'"
(Yokaana 3:5-6)

Essuula 1
Omwoyo n'Omwoyo Omujjuvu

Olw'okuba emyoyo gyabwe mifu, abantu bonna beetaaga obulokozi. Obulamu bwaffe obw'ekikristaayo gwe mutendera gwe tuyitamu ogw'omwoyo nga gukula oluvannyuma nga gumaze okuzuukizibwa.

Omwoyo kye ki ?

Okukomyawo Omwoyo

Emitendera Omwoyo gye guyitamu okusobola Okukula

Okuteekateeka okw'ettaka Eddungi

Emikululo gy'Omubiri

Obukakafu bw'Okubeera mu Mwoyo Omujjuvu

Emikisa Egiweebwa Abantu ab'Omwoyo nabo ab'omwoyo omujjuvu

Omwoyo gw'omuntu gw'afa olw'ekibi kya Adamu. Okuva kw'olwo emmeeme ne zitandika okufuga. Zibeera zikkiriza agatali mazima era nga zigoberera okwegomba kwazo. Era olugira, abantu babeera tebasobola kufuna bulokozi. Olw'okuba bafugibwa emmeeme ng'eno eri wansi wa Setaani, bakola ebibi era ne bagenda mu ggeyeena. Eyo yensonga lwaki abantu bonna balina okulokolebwa. Katonda anoonya abaana abatuufu abalokoleddwa okuyita mu kuteekateeka abantu, kwe kugamba Anoonya abantu ab'omwoyo n'ab'omwoyo omujjuvu.

Nga 1 Bakkolinso 6:17 bwe wagamba, "Naye eyeegatta ne Mukama waffe gwe mwoyo gumu," Abaana ba Katonda abatuufu be bo abafuuse omu ne Yesu Kristo mu mwoyo.

Bwe tukkiriza Yesu Kristo, tutandika okutambulira mu mazima nga tuyambibwako Omwoyo Omutukuvu. Bwe tutambulira mu mazima mu bujjuvu bw'ago, kitegeeza nti tufuuse abantu ab'omwoyo abalina omutima gwa Mukama. Wano kwe kuba nga tuli omwoyo gumu ne Mukama. Wadde tufuuse omwoyo gumu, kyokka, omwoyo gwa Katonda ne omwoyo gw'omuntu bya njawulo ddala. Omwoyo gwa Katonda teguliiko mubiri gulabika, naye omwoyo gw'omuntu guli mu mubiri ogulabika. Katonda alina ekikula ky'omwoyo eky'eggulu kyokka bbo abantu balina ekikula ky'omwoyo oguli mu mubiri ogulabibwa ogwo ogwakolebwa mu nfuufu ey'omu ttaka. Kati nno awo waliwo enjawulo nnene wakati wa Katonda Omutonzi n'abantu ebitonde.

Omwoyo kye ki?

Abantu bangi balowooza nti ekigambo 'omwoyo' kisobola okuwanyisibwa n'ekigambo 'emmeeme'. Enkuluze eya The Merriam-Webster's Dictionary ekigambo omwoyo ekinnyonnyola bw'eti nti omwoyo'kye kintu ekikulu ekibaawo okuwa obulamu eri ebintu ebirabika, oba ebyo ebisukuluma ku bantu'. Naye omwoyo mu ndowooza ya Katonda kye kintu ekitafa, ekitaggwawo oba okukyukakyuka era nga kyalubeerera. Bwe bulamu era amazima gennyini.

Bwe tuba bakufuna ekintu ku nsi kuno ekirina embala nga ey'omwoyo, yandibadde zaabu. Okumasamasa kwe tekukyukakyuka ne bwe wayitawo ekiseera, era taggwerera wadde okukyukakyuka. Olw'ensonga eno, Katonda afaananya okukkiriza kwaffe ne zaabu yennyini era azimba ennyumba mu ggulu ne zaabu wamu n'amayinja amalala ag'omuwendo.

Omuntu eyasooka, Adamu, yafunako akatundu ku kikula kya Katonda eky'asooka bwe yafuuwa omukka mu nnyindo ze omukka ogw'obulamu. Yatondebwa ng'omwoyo ogutatuukiridde. Kino kyali bwe kityo lwakuba kyali kisoboka ye okuddayo mu kikula eky'omubiri n'embala ez'ettaka. Teyali mwoyo 'omwoyo gwokka'. Yali 'omwoyo omulamu' era 'omuntu omulamu'.

Lwaki Katonda yatonda Adamu ng'omwoyo omulamu? Kyali bwe kityo lwakuba Yayagala Adamu asukulume ku mwoyo omulamu ng'ayita mu by'omubiri okuyita mu kuteekebwateekebwa olwo osobole okuvaayo ng'omuntu ow'omwoyo omujjuvu. Kino tekyali kya Adamu yekka, wabula n'eri abazukulu be bonna. Olw'ensonga eno Katonda yategeka Omulokozi Yesu, n'Omuyambi Omwoyo Omutukuvu nga n'ebiro tebinnabaawo.

Okukomyawo Omwoyo

Adamu yabeeranga mu Lusuku Adeni nga omwoyo omulamu okumala ebbanga eritasobola kubalika, naye lwali olwo okuwuliziganya kwe ne Katonda ne kusalwako olw'ekibi kye. Mu kiseeea ekyo, Setaani yatandika okusimba okumanya kw'agatali mazima mu ye okuyita mu mmeeme ye. Mu ngeri eno, okumanya okw'omwoyo okwali kwamuweebwa Katonda kwatandika okubulawo era ne kusikirwa ebintu eby'omubiri nga kuno kwe kumanya okutaliimu mazima okuweebwa okuva eri Setaani.

Ekiseera bwe kyayitawo, ebintu eby'omubiri ne bigenda nga byeyongera okujjula omuntu. Agatali mazima geebulungulula n'okubuutikira ensigo ey'obulamu mu muntu. Nga kiringa nti agatali mazima gasibira wamu n'okubikka ensigo ey'obulamu okubeera nti tekyalina kyesobola kukola. Ensigo ey'obulamu bwetuuka ku ssa nga tekyalina mulimu gwonna, tugamba nti omwoyo 'mufu'. Nga twogera nti omwoyo mufu kitegeeza nti Ekitangaala kya Katonda ekisobola okuttukiza ensigo ey'obulamu okuddamu okukola emirimu gyayo kyabulawo. Olwo, tulina kukola ki okuzuukiza omwoyo omufu?

Okusookera ddala, Tulina Okuzaalibwa Amazzi n'Omwoyo.

Bwe tuba nga tuwuliriza Ekigambo kya Katonda nga kino ge mazima era ne tukkiriza Yesu Kristo okuba omulokozi waffe, Katonda atuwa ekirabo eky'Omwoyo Omutukuvu mu mitima gyaffe. Yesu yagamba, mu Yokaana 3:5, "Ddala, ddala nkugamba nti Omuntu bw'atazaalibwa mazzi na Mwoyo, tayinza kuyingira mu bwakabaka bwa Katonda." Okuva mu kino tusobola okukiraba nti tusobola okulokolebwa bwe tuba nga tumaze okuzaalibwa amazzi, nga kino kye Kigambo kya Katonda, n'Omwoyo Omutukuvu.

Omwoyo Omutukuvu ajja mu mitima gyaffe n'aleetera ensigo yaffe ey'obulamu okuddamu okukola nate. Kuno kwe kuzuukiza omwoyo waffe abadde omufu. Atuyamba okweggyako eby'omubiri byonna ebitaliimu mazima, nga tumenyaamenya emirimu egitaliimu mazima egy'emmeeme era n'agabanga okumanya okw'amazima. Bwe tutafuna Mwoyo Mutukuvu, omwoyo gwaffe omufu tegusobola kuzuukizibwa nate tetusobola na kutegeera makulu ga mwoyo agali mu Kigambo kya Katonda. Ekigambo kye tutategeera tekisobola kusimbibwa mu mitima gyaffe era tetusobola kufuna kukkiriza kwa mwoyo. Tusobola okutegeera mu ngeri ey'omwoyo n'okukkiriza okuva mu mutima singa tuba tuyambibwako Omwoyo Omutukuvu. Wamu Naye, lwe tusobola okufuna amaanyi okusobola okutambulira mu Kigambo kya Katonda era nga bwe tusaba. Awatali kuyambibwa Kwe okuyita mu kusaba, Tewali maanyi gatusobozesa kutambulira mu Kigambo.

Eky'okubiri, bulijjo tulina okuzaala eby'Omwoyo Okuyita mu Mwoyo.

Kasita omwoyo gwaffe ogubadde omufu guzuukizibwa

olw'okufuna Omwoyo Omutukuvu, tulina okuba nga tujjuza omwoyo gwaffe n'okumanya okw'amazima. Kino kiba kizaala eby'omwoyo okuyita mu Mwoyo. Bwe tunyiikira okusaba nga tuyambibwako Omwyo Omutukuvu nga tulwanisa ebibi okutuuka ku ssa ly'okuyiwa omusaayi, obubi n'agatali mazima mu mitima gyaffe bijja kuvaamu. Era, gye tukoma okukkiriza okumanya okw'amazima okuweebwa Omwoyo Omutukuvu gye tukoma okufuna ebintu ng'okwagala, obulungi, amazima, obugonvu, n'obwetowaze, Tujja kwongera okuba n'amazima n'obulungi mu mitima. Kwe kugamba, okukkiriza amazima okuyita mu Mwoyo Omutukuvu kwe kukyusa mu ngeri omuntu gye yayonoonekamu okuva Adamu lwe yagwa.

Wabula waliwo abantu, abafunye Omwoyo Omutukuvu naye ne batakyusa mitima gyabwe. Tebagoberera kwagala kwa Mwoyo Mutukuvu wabula bo bagenda mu maaso n'okutambulira mu kibi nga bagoberera okwegomba kw'omubiri. Mu kusooka, bagezaako okweggyako ebibi, naye wabaawo ekiseera bwe batandika okuwola mu kukkiriza kwabwe era ne balekayo n'okulwanyisa obubi. Kasita balekayo okulwanyisa ekibi bwe bati, batandika okukwana ensi era ne boonoona.

Emitima gyabwe egyali gigenda nga girongoosebwa era nga gitukuzibwa gitandika okuddamu okuddugazibwa ekibi. Wadde twafuna Omwoyo Omutukuvu, emitima gyaffe bwe gigenda mu maaso n'okunnyikibwa mu gatali mazima, ensigo ey'obulamu mu ffe tesobola kufuna maanyi.

1 Abasessaloniika 5:19 watulabula nga wagamba, "Temuzikizanga Mwoyo." Tuyinza okutuuka ku ssa nti tulina erinnya ery'okuba abalamu, naye bwe tutakyuka nga tumaze okufuna Omwoyo Omutukuvu, tubeera bafu (Okubikkulirwa

3:1). N'olwekyo, wadde tufunye Omwoyo Omutukuvu, Omwoyo Omutukuvu ono ajja kugenda aggwawo singa tugenda mu maaso n'kutambulira mu bubi saako okukola ebibi.

N'olwekyo, bulijjo tulina okufuba okukyusa emitima gyaffe okutuuka nga gifuuse emitima egy'amazima mu bujjuvu. Mu 1 Yokaana 2:25 w'agamba, "Na kuno kwe kusuubiza kwe yatusuubiza, obulamu obutaggwawo." Yee, Katonda yatusuubiza. Naye, waliwo akakwakkulizo akajja n'ekisuubizo. Kwe kuba nti tuba bumu ne Mukama ne Katonda nga tutambulira mu Kigambo kya Katonda tuwulidde nti olwo Katonda lwajja okutuwa obulamu obutaggwawo. Tetusobola kulokolebwa ne bwe tugamba nti tukkiririza mu Mukama okujjako nga tutambulira mu Katonda ne mu Mukama.

Engeri Omwoyo gye Gukulamu

Yokaana 3:6 wagamba nti, "Ekizaalibwa omubiri kiba mubiri, n'ekizaalibwa Omwoyo kiba mwoyo." Nga bwe kyawandiikibwa, tetuyinza kuzaala mwoyo bwe tuba nga tukyatambulira mu mubiri.

N'olwekyo, bwe tufuna Omwoyo Omutukuvu era omwoyo gwaffe ne guzuukizibwa, omwoyo gulina okusigala nga gukola. Watya ng'omwana takula bulungi oba nga takyakulirako ddala? Omwana oyo tajja kweyagalira mu bulamu obwa bulijjo. Kye kimu n'obulamu obw'omwoyo. Abaana ba Katonda abo abafunye obulamu balina okugenda mu maaso nga bagaziya okukkiriza kwabwe era omwoyo gwabwe gulina okukula.

Baibuli etugamba nti buli ssekinoomu ku ffe ekigera ky'okukkiriza kwe kyanjawulo (Abaruumi 12:3). Mu 1 Yokaana

2:12-14, watubuulira ku mitendera gy'okukkiriza egy'enjawulo, ng'akwawulamu okukkiriza okw'abaana abato, abavubuka n'abakadde:

> Mbawandiikira mmwe, abaana abato, kubanga ebibi byammwe bibasonyiyiddwa olw'erinnya Lye. Mbawandiikira mmwe, abakadde, kubanga mutegedde oyo eyabaawo okuva olubereberye. Mbawandiikira mmwe, abavubuka, kubanga muwangudde omubi. Mbawandiikidde mmwe abaana abato, kubanga mutegedde Kitaffe. Mbawandiikidde mmwe, abakadde, kubanga mutegedde oyo eyabaawo okuva ku lubereberye. Mbawandiikidde mmwe, abavubuka kubanga mulina amaanyi, n'ekigambo kya Katonda kibeera mu mmwe, era muwangudde omubi.

Gye tukoma okukyuka obulamu bwaffe okusobola okufuna omutima omutuufu, Katonda atuwa okukkiriza okuva waggulu. Kwe kukkiriza okutusobozesa okukkirizza okuva mu mutima, nga kwe 'kuzaala omwoyo okuyita mu Mwoyo'. Kino Omwoyo Omutukuvu kyakola: Omwoyo Omutukuvu atusobozesa okuzaala eby'omwoyo era n'atuyamba okwongeza okukkiriza kwaffe. Omwoyo Omutukuvu ajja mu mitima gyaffe era n'atusomesa ku kibi, obutuukirivu, n'omusango (Yokaana 16:7-8). Atuyamba okukkiririza mu Yesu Kristo.

Era atuyamba n'okutegeera amakulu ag'omwoyo agali mu Kigambo kya Katonda n'okukikkiriza n'emitima gyaffe. Mu ngeri eno, tusobola okukomyawo ekifaananyi kya Katonda ne tufuuka abaana ba Katonda abatuufu, nga be bantu ab'omwoyo n'omwoyo omujjuvu.

Omwoyo gwaffe okusobola okukula, tulina okusooka

okusaanyaawo ebirowoozo byaffe eby'omubiri. Ebirowoozo eby'omubiri bikolebwa singa agatali mazima mu mitima gyaffe geyoleka okuyita mu mirimu gye mmeeme egitaliimu mazima. Eky'okulabirako, bw'obeera n'obubi mu mutima gwo era n'owulira nti waliwo eyakwogeddeko, ojja kusooka obeera n'emirimu gy'emmeeme egitaliimu mazima. Olwo olyoke otandike okufuna ebirowoozo eby'omubiri ng'olowoozo nti omuntu oyo yeeyisa bubi, era n'owulira bubi n'okuwulira mu ngeri endala embi.

Mu kiseera kino abeera Setaani nga yafuga emmeeme. Setaani yali mu kukuteekamu ebirowoozo ebibi. Okuyita mu mirimu gye mmeeme gino, agatali mazima mu mutima nga kye kintu eky'omubiri, gamba ng'obusungu, obukyayi, okuwalana, amalala bisikuulibwa. Mu kifo ky'okugezaako okutegeera abalala, ojja kwagala okulumba omuntu oyo essaawa eyo.

Ebintu bino eby'omubiri ebyayogeddwako era nga biva ku birowoozo eby'omubiri. Obutuukirivu bw'omuntu, engeri gy'alabanu ebintu, oba endowooza z'omuntu bwe zifubutukayo okuyita mu mirimu gye mmeeme, n'agyo mirimu gya mubiri. Katugambe omuntu alina akasaze kw'asalira era nga ye alowooza nti kituufu obutekkiriranya mu kukkiriza ng'omuntu ayisa akasaze ako. Kati awo ajja kubeera ng'alowooza nti ensonga ze ze ntuufu era aleme n'akukkiriziganya n'abalala ne bw'aba mu mbeera ng'alina okulowooza ku mutendera gw'okukkiriza abalala gwe baliko n'embeera endala zonna ez'abalala. Era, katugambe omuntu alina ye wasibidde ku kintu ekimu era ng'atakkiriza nti wajja kubaawo ekituukibwako bwatunuulira embeera nga bweri. Kati kino n'akyo kitwalibwa okuba ebirowoozo eby'omubiri.

Wadde nga tumazu okufuna Omwoyo Omutukuvu

olw'okukkiriza Mukama Yesu, tuba tukyalina ebirowoozo eby'omubiri olw'okuba tuba tukyalina omubiri gwe tutannaba kweggyako. Tulina ebirowoozo eby'omwoyo bwe tukomyawo okumanya okw'omwoyo nga kye Kigambo kya Katonda, naye tuba n'ebirowoozo eby'omubiri okumanya okw'agatali mazima bwe kukomezebwawo. Omwoyo omutukuvu tasobola kukunga kumanya kw'amazima mu kiseera kye kimu nga n'ebirowoozo eby'omubiri n'abyo bikyali bingi.

Yensonga lwaki Abaruumi 8:5-8 wasoma nti, "Kubanga abagoberera omubiri, balowooza bya mubiri, naye abagoberera omwoyo bya mwoyo. Kubanga okulowooza kw'omubiri kwe kufa, naye okulowooza kw'omwoyo bwe bulamu n'emirembe. Kubanga okulowooza kw'omubiri bwe bulabe eri Katonda, kubanga tekufugibwa mateeka ga Katonda, kubanga n'okuyinza tegakuyinza, n'abo abali mu mubiri tebayinza kusanyusa Katonda."

Ennyiriri ezo zitegeeza nti tusobola okutuuka ku mutendera ogw'omwoyo singa tuba twesazeeko ebirowoozo by'omubiri. Abo abasigala mu mubiri tebasobola kwebeera kufuna birowoozo bya mubiri, era ekivaamu, babeera n'ebirowoozo, ebigambo, n'emize egikontana ne Katonda.

Eky'okulabirako ekivaayo obulungi ku kuwakanya Katonda olw'ebirowoozo by'omubiri kye kya Kabaka Saulo mu 1 Samwiri 15. Katonda yamulagira okusaanyaawo Abamaleki ng'amugamba okusaanyaawo buli kimu. Kyali ekibonerezo kye baalina okufuna olw'okuwakanya Katonda mu ngeri ey'amaanyi edda.

Naye Saulo ng'amaze okuwangula olutalo, yaleeta endiga n'ente ebyali birabika obulungi ng'agamba nti yali ayagala okubiwaayo eri Katonda. Yasonyiwa ne kabaka w'Abamaleki mu kifo ky'okumuzikiriza. Yali ayagala okwegulumiza olw'ekyo kye yali akoze. Yajjeema olw'okuba yalina ebirowoozo eby'omubiri nga biva ku kweyagaliza kwe yalina n'okwemanya. Ng'amaaso ge gazibiddwa okweyagaliza n'okwemanya, yagenda mu maaso okukozesa ebirowoozo bye eby'omubiri era ekyavaamu yafa bubi.

Ensonga enkulu evaako ebirowoozo eby'omubiri kwe kuba nti tuba n'agatali mazima mu mitima gyaffe. Singa tuba na kumanya kwa mazima gokka mu mitima gyaffe, tetusobola kuba na birowoozo bya mubiri. Abo abatalina birowoozo bya mubiri kitegeeza nti babeera na birowoozo bya mwoyo. Bagondera eddoboozi n'okulung'amizibwa okw'Omwoyo Omutukuvu, basobole okwagalibwa Katonda era balabe emirimu Gye.

Kale kisigala nga tulina okufuba okwegyako agatali mazima era twejjuzeemu okumanya okw'amazima, nga kino kye Kigambo kya Katonda. Okusobola okujjula okumanya okw'amazima tekitegeeza nti tukimanye bumanya mu mitwe gyaffe, wabula tulina okujjuza emitima gyaffe n'ekigambo kya Katonda saako okweteekerateekera mu kyo. Mu ssaawa y'emu ebirowoozo byaffe tulina okubisikiza n'ebirowoozo eby'omwoyo. Bwe twogera n'abantu abalala oba ne tubaako ebintu bye tulaba, tetulina kukolokota wadde okusala emisango nga tukozesa endowooza zaffe, naye tulina okugezaako okubirabira mu mazima. Tulina okuba nga twekebera buli ssaawa oba nga abalala tubadde tubayisa mu bulungi, mu kwagala, mu mazima buli ddakiika, tusobole okukyuka. Mu ngeri eno tusobola okukula mu mwoyo.

Okuteekateeka Ettaka Eddungi

Engero 4:23 w'agamba, "Onyiikiranga nnyo nnyini

okukuumanga omutima gwo, kubanga omwo mwe muva ensulo ez'obulamu." Wagamba ensulo ez'obulamu ezituwa obulamu obutaggwawo ziva mu mutima. Tusobola okukungula ekibala nga tumaze kusiga nsigo mu nnimiro ne zisobola okumera, okumulisa, n'okubala ebibala. Mu ngeri y'emu, tusobola okubala ebibala eby'omwoyo ng'ensigo y'Ekigambo kya Katonda egudde mu nnimiro y'omutima gwaffe.

Ekigambo kya Katonda, nga ye nsulo y'obulamu, erina emirimu gya mirundi ebiri bw'esigibwa mu mutima. Ekabala ebibi byonna n'agatali mazima okuva mu mitima gyaffe, era n'eyamba n'okubala ebibala. Baibuli erina ebiragiro eby'amaanyi bingi, naye ebiragiro bino bigwa mu biti bina: Kolanga; Tokolanga; kuumanga; ssuula eri ebintu ebimu. Eky'okulabirako, Baibuli etugamba 'okusuula eri' okweyagaliza n'obubi obw'ekika kyonna. Era, eby'okulabirako bya 'Tokolanga' bisobola okuba 'tokyawanga', oba 'tosalanga musango'. Bwe tugondera ebiragiro bino, ebibi bijja kusikibwayo mu mitima gyaffe. Kitegeeza Ekigambo kya Katonda kijja mu mitima gyaffe n'ekiteekateeka emitima gyaffe okufuuka ettaka eddungi.

Naye kijja kufuuka ekitalina mugaso bwe tunaalekerawo kyokka nga tumaze okukabala ennimiro. Tulina okusiga ensigo ez'amazima n'obulungi mu nnimiro ekabaliddwa olwo tusobole okubala ebibala omwenda eby'Omwoyo Omutukuvu, era tulyoke tufune ebisuubizo n'emikisa saako okwagala okw'omwoyo. Okubala ebibala kwe kugonedera ebiragiro ebitulagira okukuumanga n'obutakola bintu ebimu. Bwe twekuuma era ne tutambulira mu biragiro bya Katonda olwo nno tusobola okubala ebibala.

Emitendera egiyitibwamu okusobola okufuuka

omuntu ow'omwoyo, nga bwe kyayogeddwa mu kitundu ekisooka eky'essuula eno 'Okuteekebwateekebwa', kye kimu n'okuteekateeka ennimiro y'emitima gyaffe. Tufuula ennimiro etateekeddwateekeddwa ne tugifuula ennimiro ey'ettaka eddungi nga tugikabala, nga bwe tugyamu amayinza, n'okukoolamu omuddo. Mu ngeri y'emu, tulina okweggyamu emirimu gyonna egy'omubiri n'ebintu by'omubiri nga bwe tugondera Ekigambo kya Katonda ekyo ekitugamba 'obutakolanga', ne 'okusuula eri' ebintu ebimu. Buli muntu alina ebibi eby'enjawulo. Kale, bwe twegyamu emirandira gy'obubi nga gino gye gisinga obuzibu okweggyamu, olwo ebika by'obubi byonna ebirala ebigyekutteko bijja kuviirayo wamu n'agyo. Eky'okulabirako, omuntu alina obuggya obungi bwabukulayo, ebibi eby'ebika ebirala ebyekutte ku buggya gamba nga obukyayi, olugambo, n'okulimba bijja kukulibwayo wamu n'obuggya.

Bwe tweggyamu omulandira omukulu ogw'obusungu, ebibi ebirala nga okwetamwa amangu n'okuggwamu amaanyi n'abyo bijja kuviirayo wamu. Bwe tusaba ne tugezaako okweggyamu obusungu, Katonda atuwa ekisa n'amaanyi n'Omwoyo Omutukuvu atuyamba okubweggyako. Gye tukoma okuteeka mu nkola Ekigambo eky'amazima mu bulamu bwaffe bulijjo, tujja kuba n'obujjuvu bw'Omwoyo Omutukuvu, era amaanyi ag'omubiri gajja kumalibwamu amaanyi. Katugambe omuntu yanyiiganga emirundi kkumi mu lunaku, kyokka emirundi bwe gigenda gikendeera n'egifuuka mwenda, musanvu, oba emirundi etaano, ekinaavaamu nga buviirawo ddala. Mu kukola kino, bwetufuula emitima gyaffe ettaka eddungi nga twegyako ekikula eky'obubi, omutima guno gufuuka omutima 'ogw'amazima'.

Ekisingirayo ddala, tulina okusimba Ekigambo eky'amazima

ekitugamba okukolanga n'okwekuumanga ebintu ebimu, gamba nga okwagala, okusonyiwa, okuweereza abalala, n'okukuuma olunaku olwa ssabbiiti. Wano, tetutandika kwejjuzaamu mazima nga tumaze kweggyamu gatali mazima gonna. Okweggyamu agatali mazima nga gasikizibwa amazima kirina okukolebwa omulundi gumu. Bwe tunaatuuka nga tulina mazima gokka mu mitima gyaffe okuyita mu nkola eno, tuba tutwalibwa nti tufuuse abantu ab'omwoyo.

Ekimu ku kintu kye tulina okweggyamu ffe okusobola okufuuka abantu ab'omwoyo bwe bubi obuli mu mbala yaffe eyasooka. Okukigeraageranye ne ttaka, ebibi bino eby'embala eyasooka biringa eneeyisa y'ettaka. Ebibi bino bigenda biva ku bazadde ne bituuka ne ku baana okuyita mu maanyi-ag'obulamu oba agayitibwa 'chi.' Era, bwe tusisinkana obubi oba okubukkiriza nga tukula, embala yaffe ey'ongera okubaamu obubi. Obubi mu mbala yaffe eyasooka tebulabika mu mbeera eza bulijjo, era kizibu n'okubulaba.

Kale, ne bwe tuba nga tweggyeemu ebibi oba obubi bwe tusobola okulaba ku ngulu, okweggyako obubi obukwekeddwa munda ddala w'embala yaffe si kintu ekyangu okutuukiriza. Ffe okusobola okukola kino, tulina okusaba ennyo n'okwongeramu amaanyi okulaba nti tubuzuula olwo ne tusobola okubwegyako.

Ebiseera ebimu, tubaako wetukoma mu kukula kwaffe okw'omwoyo. Kibaawo olw'obubi obuli mu mbala yaffe. Okusobola okugyamu omuddo, tulina okulaba nti n'emirandira givuddeyo, so si kukulako bikoola na bya kungulu. Mu ngeri y'emu, tusobola okuba n'omutima ogw'omwoyo singa tuba tutegedde era ne tweggyako n'obubi obuli mu mbala yaffe. Bwe tumala okufuuka abantu ab'omwoyo mu ngeri eno, obusobozi

185

bwaffe okwawula obubi ku bulungi bujja kubaamu amazima, era emitima gyaffe gijja kujjuzibwa mazima gokka. Kino kitegeeza nti omutima gwaffe gujja kufuuka mwoyo gwennyini.

Emikululo gy'Omubiri

Abantu ab'omwoyo tebalina bubi bwonna mu mitima gyabwe, era olw'okuba bajjudde Omwoyo babeera basanyufu bulijjo. Naye kino tekitegeeza nti buli kimu kiwedde. Babeera bakyalina 'emikululo gy'omubiri'. Emikululo gy'omubiri gyekuusa ku kikula kyaffe oba embala eyasooka eya buli muntu. Eky'okulabirako, abamu balina amazima era batuukirivu abateekwekerera, naye si bagabi oba okuba abasaasizi. Abalala bayinza okuba n'okwagala kungi era nga beeyagalira mu kugabira abalala, naye bayinza okuba banyiiga mangu oba ebigambo byabwe ne neeyisa biyinza okuba eby'ekikambwe.

Olw'okuba obuntu buno busigalamu ng'emikululo gy'omubiri mu kikula ky'abwe, buba bukyabakosa ne bwe baba bamaze okugenda mu mwoyo. Kibeerera ddala nga bw'olaba olugoye olulina amabala amakadde. Langi y'olugoye eyasooka tesobola kukomezebwawo wadde nga lw'ozeddwa n'amaanyi. Emikululo gino egy'omubiri tegisobola kutwalibwa nga bubi, naye tulina okugyegyako ne tubeera nga tujjuzibwa ddala ebibala omwenda eby'Omwoyo, nga bino bye bitusobozesa okugenda mu mwoyo omujjuvu. Tuyinza okugamba nti omutima ogutaliimu gatali mazima gonna gubanga ennimiro erimiddwa obulungi ennyo nga guno gwe 'mwoyo'. Ensigo bw'esigibwa mu mutima ogulongooseddwa obulungi ennyo era ne guzaala ebibala ebirungi ennyo eby'omwoyo olwo tusobola okutwala omutima ogwo nti 'mutima omujjuvu'.

Kabaka Daudi bwe yatuuka mu mwoyo, Katonda yamuganya okuyita mu kugezesebwa. Olunaku lumu Daudi yalagira Yowaabu okubala abantu. Kitegeeza nti baali babala abantu abayinza okugenda mu lutalo okulwana. Yowaabu yamanya nti tekyali kituufu mu maaso ga Katonda era n'agezaako okulabula Daudi obutakikola. Naye Daudi n'atawuliriza. Era ekyavaamu, obusungu bwa Katonda ne bumugira, era abantu bangi ne bafa kawumpuli.

Daudi yali amanyi bulungi nnyo okwagala kwa Katonda, kale yayinza atya okuganya ekintu bwe kityo okubaawo? Daudi yali ayigganyiziddwako Kabaka Saulo okumala ebbanga ddene era ng'alwanye entalo nnyingi n'Abamawanga. Yayiggibwako mutabani we era obulamu bwe ne bubeera mu matiga. Naye ekiseera ekiwanvu bwe kyayitawo, ng'obufuzi bwe bunywedde era ng'eggwanga lye lifuuse ly'amaanyi nnyo, yatandika okulagayaamu kubanga emmeeme ye wano yali ewumudde. Kati olwo yali ayagala kwewaana olw'omuwendo gw'abantu omunene gwe yalina mu ggwanga lye.

Nga bwe kyawandiikibwa mu Kuva 30:12, "Bw'onoobalanga omuwendo gw'abaana ba Isiraeri, ababalibwa mu bo bwe benkana, ne balyoka bawanga buli muntu eby'okununula emmeeme ye eri MUKAMA, bw'onoobabalanga, kawumpuli aleme okubakwata, bw'onoobabalanga.," Katonda lumu yalagira batabani ba Isiraeri okubala abantu nga okutambula mu ddungu kuwedde, naye kyagendererwamu kutereeza bantu abo. Buli omu ku bo yalina okuwaayo ekinaanunula emmeeme ye eri MUKAMA, era nga kyali kya kubaganya kujjukira nti buli bulamu bwa muntu bwabeerangawo olw'obukuumi bwa

Katonda olwo basobole okwetowaaza. Okubala abantu si kibi; kisobola okukolebwa bwe kiba kyetaagisizza. Naye Katonda yali ayagala bwetowaaze mu maaso ga Katonda nga bategeera n'okukkiriza nti amaanyi ag'okuba n'abantu abangi g'ava eri Katonda.

Naye ye Daudi yabala abantu wadde yakimanya nti Katonda si yeyali akiragidde. Kino kitegeeza nti okubala kwali kugendereddwamu kulaga mutima gwe nti yali teyeesigama ku Katonda wabula ku bantu, kubanga okuba n'abantu abangi kyali kitegeeza nti yalina eggye ddene nti era aggwanga lye lyali ly'amaanyi. Era Daudi bwe yategeera ensobi ye, ne yeenenya amangu ddala, naye okugezesebwa okunene kwali kwamulindiridde dda. Kawumpuli yagwa mu nsi ya Isiraeri era abantu 70,000 ne bafiirawo.

Abantu abangi okufa kyali tekiva ku kwemanya kwa Daudi kwokka. Kabaka asobola okubala abantu be essaawa yonna, era ekigendererwa kye tekyali kya kwonoona. N'olwekyo, mu ndaba y'abantu tetusobola kugamba nti yayonoona. Naye mu maaso ga Katonda atuukiridde, ayinza okugamba nti Daudi teyeesigama ku Katonda mu bujjuvu era yali yeemanyi.

Waliwo ebintu ebitatwalibwa kubeera bibi mu ndowooza y'abantu, naye eri Katonda atuukiridde, nga kirabibwa nga kibi. Kino kye kiyitibwa 'emikululo gy'omubiri' egisigalawo ng'omuntu amaze okutukuzibwa. Katonda yaganya ekigezo eky'ekika ekyo okukka ku baana ba Isiraeri okuyita mu Daudi asobole okwongera okutuukirira ng'amuggyamu emikululo egy'omubiri egy'ekika ekyo. Naye ng'ensonga enkulu lwaki kawumpuli yajja ku nsi ya Isiraeri lwakuba ebibi by'abantu byasiikuula obusunga bwa Mukama. 2 Samwiri 24:1 w'asoma,

"Awo obusungu ne bumukwata nate MUKAMA eri Isiraeri n'abaweerera Dawudi ng'ayogera nti, 'Genda obale Isiraeri ne Yuda.'"

Kale, abantu abalungi abaali basobola okulokolebwa tebaafuna kibonerezo kya kawumpuli. Abo abaafa b'ebo abaakolanga ebibi Katonda bye yali tasobola kugumiikiriza. Naye ye Daudi, yakaaba nnyo era ne yeenenya nnyo ng'alaba abantu b'afa olw'eneeyisa ye. N'olwekyo eri Katonda, Yakola mu ngeri bbiri ng'akozesa ekyo ekimu ekyabaawo. Yabonereza abantu ab'onoonyi ate mu ssaawa y'emu nga bwatereeza ne Daudi. Oluvannyuma lw'ekibonerezo, Katonda n'aganya Daudi okuwaayo ssaddaaka ey'okwenenya ku gguuliro lya Alawuna Omuyebusi. Daudi n'akola ekyo Katonda kye yamugamba okukola. Awo n'agula egguuliro era n'atandika okuzimba ekyoto eri Mukama, kale tusobola okukiraba nti yaddamu okufuna ekisa kya Katonda. Okuyita mu kugezesebwa kuno, Daudi yayongera nnyo okwetoowaza kale n'ekimusobozesa okugenda mu mwoyo omujjuvu.

Obukakafu bw'okubeera mu Mwoyo Omujjuvu

Bwe tusaanira okubeera ku mutendera ogw'omwoyo omujjuvu, wajja kubaawo obukakafu, ekitegeeza nti tujja kubala ebibala bingi eby'omwoyo. Naye tekitegeeza nti tetujja kubalayo kibala kyonna okutuuka nga tutuuse ku mutendera guno ogw'omwoyo. Abantu ab'omwoyo bali ku lugendo olw'okubala ebibala eby'okwagala, ebibala eby'omusana, ebibala omwenda eby'Omwoyo Omutukuvu saako okufuna ebisuubizo ebyasuubizibwa. Olw'okuba bakyali ku lugendo lw'okubala ebibala, tebannabala bibala byonna. Buli muntu ow'omwoyo alina omutendera ogw'enjawulo kwabalira ebibala eby'omwoyo.

Eky'okulabirako, omuntu bwagondera ebiragiro bya Katonda ebitugamba 'kuumanga' ne 'ssuula eri' ebintu ebimu, abeera tasobola kubeera na bukyayi bwonna oba okuwalana omuntu mu mbeera yonna. Naye nga wajja kubaawo enjawulo mu kigero ky'okubala ebibala mu bantu ab'enjawulo ab'omwoyo, nga twogera ku kiragiro kya Katonda ekitugamba 'kolanga' ebintu ebimu. Eky'okulabirako, Katonda atugamba 'okwagala'. Era waliwo omutendera nga tokyasobola kukyawa balala kyokka nga waliyo n'omutendera omulala ng'osobola okukwata ku mitima gy'abantu olw'ebyo by'okola. Era, waliwo omutendera ng'osobola n'okuwaayo obulamu bwo ku lw'abalala. Ebikolwa eby'ekika kino bwe biba tebikyukakyuka era nga bituukiridde, awo tusobola okugamba nti weteeseeteese okuba ku mutendaera ogw'omwoyo omujjuvu.

Waliwo n'enjawulo mu mitendera abantu ab'omwoyo kwe babalira ebibala eby'Omwoyo Omutukuvu. Mu bantu bano ab'omwoyo, omu ayinza okuba n'ekibala nga kiri ku mutendera gwa 50% ku kigera ekijjudde ate omulala nga ku kibala ekyo alinako 70%. Omuntu omu ayinza okuba ng'atambulira nnyo mu kwagala naye ng'akyabulamu mu kwefuga, oba ng'alina obwesigwa bungi, naye ng'abulamu mu bugonvu.

Naye abantu abali ku mutendera ogw'omwoyo Omujjuvu, buli kibala eky'Omwoyo Omutukuvu bakibala ne bakimalayo. Omwoyo Omutukuvu afuga omutima gwabwe 100%, kale ebintu byonna ne biba nga bikwatagana nga tewali kibulamu. Nga balina okuyaayaana mu Mukama kyokka nga bwe balina n'okwefuga okutuukiridde n'okweyisa mu ngeri esaanidde mu buli mbeera.

Babeera bagonvu nga bw'olaba ppamba, kyokka nga balina ekitiibwa n'obuyinza obulinga obw'empologoma. Balina okwagala okuba nga tebeenoonyeza byabwe wabula ebya balala. Basobola n'okuwaayo obulamu bwabwe ku lw'abalala, kyokka ng'ate tebalina kyekubiira yenna. Bagondera amateeka ga Katonda. Era Katonda bwabalagira okukola ekintu ekitasoboka eri omuntu, bagonda bugonzi ne 'Ye' wamu ne 'Amiina'.

Kungulu, ebikolwa by'obugonvu eri abantu bombi ab'omwoyo n'ab'omwoyo omujjuvu bisobola okulabika nga bye bimu, naye nga ebya ddala, bya njawulo. Abantu ab'omwoyo bagondera Katonda kubanga bamwagala naye abantu ab'omwoyo omujjuvu bajja kugonda kubanga bategeera omutima gwa Katonda ogw'ebuziba n'ekigendererwa kya Katonda. Abantu ab'omwoyo omujjuvu bafuuka abaana ba Katonda abatuufu abalina omutima Gwe, olw'okuba batuuka ku kigera ekijjuvu ekya Kisto mu mbeera zonna. Balubirira okutukuzibwa mu buli kintu era babeera ne ddembe na buli omu era nga beesigwa mu byonna mu nnyumba ya Katonda.

Mu 1 Basessaloniika 4:3 wagamba, "Kubanga ekyo Katonda ky'ayagala, okutukuzibwa kwammwe; okwewalanga obwenzi." Ne mu 1 Basessaloniika 5:23 wagamba, "Era Katonda ow'emirembe yennyini abatukulize ddala, era omwoyo gwammwe n'obulamu n'omubiri byonna awamu bikuumibwenga awatali kunenyezebwa mu kujja kwa Mukama waffe Yesu Kristo."

Okujja kwa Mukama waffe Yesu Kristo kitegeeza nti Ajja kujja eri abaana Be ng'emyaka omusanvu –egy'okubonaabona okw'amaanyi teginnaba. Kitegeeza nti tulina okutuuka ku mutendera ogw'omwoyo omujjuvu era twekuumenga awatali kunenyezebwa okutuuka ku kujja kwa Mukama. Bwe tufuna omwoyo omujjuvu, emmeme zaffe n'omubiri bijja kuba nga bya mwoyo, era nga tetunenyezebwa mu ngeri yonna, olwo nno tusobola okusisinkana Mukama.

Emikisa Egiweebwa Abantu ab'Omwoyo nabo ab'Omwoyo Omujjuvu

Kubanga abantu ab'omwoyo, emmeeme zaabwe zikulaakulana, kale ebintu byonna n'abyo ne bikulaakulana wamu n'abo era babeera balamu (3 Yokaana 1:2). Beggyako n'obubi obuli munda ddala mu mitima, kale babeera abaana ba Katonda abatuukirivu mu makulu gaakyo amatuufu. Kale, babeera basobola okweyagalira mu buyinza obw'omwoyo ng'abaana ab'ekitangaala.

Okusooka, babeera balamu bulungi era tebafuna Ndwadde. Bwe tuyingira mu mwoyo, Katonda atukuuma okuba nga tetulwala era te tugwa ku bubenje, era tusobola okweyagalira mu bulamu obulamu. Ne bwe tukaddiwa, tetujja kukekejjana wadde okufuuka abanafu, era tetujja kuba na nkanyanya. Ate nno, bwe tuyingira mu mwoyo omujjuvu, n'enkanyanya zetubadde n'azo zivaawo. Era ne tufuuka bato ne tufuna buto amaanyi gaffe.

Yibulayimu bwe yayita ekigezo ky'okuwaayo Yisaaka, naye yagenda mu mwoyo omujjuvu; yazaala abaana ng'amaze n'okuweza emyaka 140. Kitegeeza nti yazibwa buggya. Ne, Musa naye eyali omuwulize era omugonvu okusinga omuntu yenna ku nsi, era yakola nnyo okumala emyaka 40 ng'amaze okuyitibwa Katonda ne bwe yali ku myaka 80. Ne bwe yaweza 120, "Eriiso lye lyali terizibye, so n'amaanyi ge ag'obuzaaliranwa gaali tegakendeddeeko" (Eky'amateeka olw'okubiri 34:7).

Eky'okubiri, abantu ab'omwoyo tebabeera na bubi mu mutima gwabwe, kale omulabe Setaani tasobola kubaleetako ebigezo n'akugezesebwa. 1 Yokaana 5:18 wagamba, "Tumanyi nga buli muntu yenna eyazaalibwa Katonda takola kibi, naye eyazaalibwa Katonda amukuuma, omubi n'atamukomako." Omulabe Setaani alumiriza abantu ab'omubiri era ne babaleetako ebigezo n'okugezesebwa.

Yobu okusooka yali ku mutendera nga tanneggyako bubi bwonna mu ye, kale Setaani bwe yajja n'amulumiriza mu maaso ga Katonda, Katonda yaganya ebigezo n'okugezesebwa okubaawo. Yobu yategeera obubi bwe era ne yeenenya bwe yali ayita mu kugezesebwa okwo okwaleetebwa Setaani bwe yali alumiriza Yobu okuba nti si mutuukirivu. Naye bwe yeggyako obubi bwonna obwali mu nda mu ye era n'ayingira mu mwoyo, Setaani yali talina watandikira kulumiriza Yobu nate. Kale, Katonda n'amuwa omukisa ogw'emirundu ebiri okusinga kw'ebyo bye yalina.

Eky'okusatu, abantu ab'omwoyo bawulira bulungi nnyo eddoboozi era ne bafuna okulung'amizibwa kw'Omwoyo Omutukuvu, kale balung'amizibwa eri ekkubo ery'okukulaakulana mu bintu byonna. Abantu ab'omwoyo, emitima gyabwe gyennyini giba gifuuse mazima gennyini, kale babeera batambulira mu Kigambo kya Katonda. Buli kye bakola kibeeramu amazima. Bafuna okulung'amizibwa okutegerekeka obulungi okuva eri Omwoyo Omutukuvu era ne bakugondera. Era, bwe basabira ekintu okubaawo, baguma n'okukkiriza okutakyukakyuka okutuuka ng'okusaba kwabwe kudiddwamu.

Bwe tugonda buli kiseera mu ngeri eno, Katonda ajja kutulung'amya era atuwe amagezi n'okutegeera. Buli kimu bwe tukiteeka mu mikono gya Katonda, Ajja kutukuuma ne bwe tunaagenda mu kkubo eritali mu kwagala Kwe mu butanwa; ne bwe banaaba batusimidde ekinnya tukigwemu, Ajja kutusobozesa okukyebalama oba buli kimu ajja kukikola olw'obulungi.

Eky'okuna, abantu ab'omwoyo bafuna mangu ebyo bye basaba; bayinza n'okufuna okuddibwamu ng'ekintu kiri mu mutima gwabwe. 1 Yokaana 3:21-22 wagamba, "Abaagalwa, omutima bwe gutatusalira kutusinga, tuba n'obugumu eri Katonda, era buli kye tusaba akituwa kubanga tukwata ebiragiro Bye era tukola ebisiimibwa mu maaso Ge." Emikisa gino gijja kujja gye bali.

N'abo abatalina bumanyirivu bwonna oba okumanya ebintu ebimu tebakoma kukufuna mikisa gya mwoyo wabula n'egikwatikako mu bungi bwe bagenda mu mwoyo, kubanga Katonda ajja kubategekera buli kimu era abalung'amye.

Bwe tusiga ne tusaba n'okukkiriza, tujja kufuna omukisa ogukatiddwa, nga gusuukundiddwa, era nga gwamuyiika (Lukka 6:38), naye bwe tugenda mu mwoyo, tujja kukungula emirundi 30 okusingawo, era nga tumaze okugenda mu mwoyo omujjuvu, tujja kukungula emirundi 60 oba 100 okusinga ku kye twasize. Abantu abo ab'omwoyo n'omwoyo omujjuvu basobola okufuna ekintu kyonna kasita kibeera mu mutima gwabwe.

Emikisa egiweebwa abantu abalina omwoyo omujjuvu tegisobola kunyonnyolwa bulungi. Basanyusa Katonda ne Katonda n'abasanyusa, era nga bwe kyawandiikibwa mu Zabuli 37:4, "Era sanyukiranga MUKAMA, Naye anaakuwanga omutima gwo bye gusaba," Katonda okuva oludda lwe abawa buli kimu kye beetaaga, oba sente, tutumu, buyinza oba bulamu.

Abantu ng'abo bajja kuba tebawulira nti balina ekibabulako nga bo, era tebalina kya kusabira ku ddala lyabwe. Kale, babeera basabira bwakabaka n'obutuukirivu bwa Katonda n'emyoyo egitamanyi Katonda. Essaala zaabwe ziba nnungi era nga zirimu akawoowo ak'amaanyi mu maaso ga Katonda, essaala zaabwe ziba teziriimu bubi bwonna era ziba za mmeeme z'abantu. N'olwekyo, Katonda azisanyukira nnyo.

Abo abagenze mu mwoyo omujjuvu bagala nnyo emmeeme z'abantu era bwe banyiikira okusaba, basobola n'abo okulaga amaanyi ag'ewunyisa nga bwe kyawandiikibwa mu Bikolwa by'abatume 1:8, "Naye muliweebwa amaanyi, Omwoyo Omutukuvu bw'alimala okujja ku mmwe, nammwe munaabanga bajulirwa bange mu Yerusaalemi ne mu Buyudaaya bwonna ne mu Samaliya, n'okutuusa ku nkomerero y'ensi." Nga bwe kinyonyoddwa, abantu ab'omwoyo n'abo ab'omwoyo omujjuvu Katonda bamwagalira ku ddala erisingayo era bamusanyusa, era bafuna emikisa gyonna egy'asuubizibwa mu Baibuli.

Essuula 2

Enteekateeka ya Katonda Eyasooka

Katonda teyayagala Adamu kubeerawo lubeerera nga tamanyi kye bayita essanyu erya ddala, okusanyuka, okwebaza, n'okwagala. Olw'ensonga eno Yateekawo omuti ogw'okumanya obulungi n'obubi Adamu asobole okuloza ku bintu byonna eby'omubiri.

Lwaki Katonda Abantu teyabatonda ng'Omwoyo?

Obukulu bw'okwesalirawo n'Okujjukiranga

Ekigendererwa mu Kutonda Abantu

Katonda Ekitiibwa Ayagala okukifuna Okuva mu Baana Abatuufu

Okuteekateeka abantu mutendera nga muno abantu ab'omubiri mwe bayita ne bakyuka okufuuka abantu ab'omwoyo. Bwe tutategeera mazima gano ne tumala gagenda ku kanisa, kiba tekirina kye kitugasa. Waliwo abantu bangi abagenda ku kanisa nga tebazaalibwanga mulundi gwa kubiri Omwoyo Omutukuvu, era n'olwekyo tebabeera na bukakafu bwa bulokozi. Ekigendererwa ky'okutambulira mu bulamu obw'ekikristaayo si kufuna bulokozi kyokka, wabula n'okukomyawo ekifaananyi kya Katonda n'okugabana okwagala kwaffe ne Katonda n'okumuddiza ekitiibwa olubeerera ng'abaana Be abatuufu.

Olwo, ekigendererwa ekikulu ekya Katonda okutonda Adamu ng'omwoyo omulamu n'okuteekateeka abantu wano ku nsi kyali ki? Olubereberye 2:7-8 wagamba, "MUKAMA Katonda n'abumba omuntu n'enfuufu y'ensi, n'amufuuwamu mu nnyindo omukka ogw'obulamu, omuntu n'afuuka omukka omulamu. MUKAMA Katonda n'asimba olusuku mu Adeni ku luuyi olw'ebuvanjuba, n'ateeka omwo omuntu gwe yabumba."

Katonda yatonda eggulu n'ensi okusinga n'Ekigambo Kye. Naye bwe kyatuuka ku muntu, Yamubumba n'emikono Gye Ye. Era, eggye ery'omu ggulu ne bamalayika mu ggulu bonna ne batondebwa ng'emyoyo. Wabula, wadde n'omuntu yali wa kubeera mu ggulo ekiseera bwe kirituuka, teyatondebwa nga mwoyo. Nsonga ki eyaleetera Katonda okuyita mu mutendera guno omuzibu ogw'okukola omuntu mu nfuufu y'ensi? Lwaki teyamala gamukola nga omwoyo? Wano nno we wasangibwa enteekateeka ya Katonda ey'enjawulo.

Lwaki Katonda Teyatonda muntu nga Mwoyo?

Singa Katonda abantu yali abatonze ng'emyoyo so si ng'enfuufu ey'omuttaka, abantu bandibadde tebamanyi kintu kya mubiri kyonna. singa baatondebwa ng'omwoyo, bandigondedde Ekigambo kya Katonda era tebandiridde na kibala eky'omuti ogw'okumanya obulungi n'obubi. Embala y'ettaka eri nti likyukakyuka okusinziira ku ky'olitaddemu. Ensonga lwaki Adamu yayonooneka wadde yali mu bbanga ery'omwoyo, lwakuba yatondebwa mu nfuufu eva mu ttaka. Naye tekitegeeza nti yayonoonekerawo ku ntandikwa.

Olusuka Adeni bbanga ery'omwoyo era nga wajjudde amaanyi ga Katonda, era kyali tekisoboka Setaani okusimba embala ey'omubiri mu mutima gwa Adamu. Naye olw'okuba Katonda yawa Adamu eddembe okwesalirawo, yali asobola okukkiriza omubiri singa yali agwagala n'okuguganya. Wadde yali omwoyo omulamu, omubiri gwali gusobola okumuyingiramu singa aba ayagadde era ng'aguganyizza. Nga wayiseewo ekiseera ekinene, yaggulawo omutima gwe eri okukemebwa kwa Setaani era bwatyo n'akkiriza omubiri.

Era, ensonga lwaki Katonda y'awa abantu eddembe okwesalirawo ne muntandikwa kyaliwo olw'okuteekateeka omuntu. Singa Katonda teyawa Adamu ddembe lya kwesalirawo, Adamu teyandikkiriza kintu kya mubiri kyonna. Kino kitegeeza nti okuteekateeka omuntu tekwandibaddewo. Mu nteekateeka ya Katonda eri omuntu, okuteekebwateekebwa kw'omuntu kwalina okubaawo, era Ye amanyi byonna ebya sayansi, yensonga lwaki Katonda teyatonda Adamu nga ekitonde eky'omwoyo.

Obukulu bw'okwesalirawo n'Okujjukiranga

Olubereberye 2:17 wanyonyola, "...naye omuti ogw'okumanya obulungi n'obubi togulyangako, kubanga olunaku lw'oligulyako tolirema kufa." Nga bwe kinyonyoddwa, Katonda yalina ekigendererwa ekikulu mu kutonda Adamu okuva mu nfuufu ey'ensi n'okumuwa eddembe okwesalirawo. Kyaliwo olw'okusobozesa omuntu okuteekebwateekebwa. Abantu basobola okuvaamu ng'abaana ba Katonda abatuufu singa babeera bayise mu kuteekebwateekebwa.

Emu ku nsonga lwaki ekibi kyayingira mu Adamu kubanga yalina eddembe okwesalirawo, naye ensonga endala yali nti lwakuba teyakuuma Kigambo kya Katonda mu mmeeme ye. Okujjukiranga Ekigambo kya Katonda kwe ku kisimba mu mutima n'okukitambulirangamu awatali kukyukakyuka kwonna.

Abantu abamu beesanga nga bakola ensobi y'emu so nga abalala tebasobola kukola nsobi mirundi ebiri. Kijja olw'engeri omuntu gyatadde ekintu ekyo mu mutima gwe oba obutakiteekamu. Ekibi kyayingira mu Adamu kubanga yali tamanyi bukulu bwakujjukiranga Ekigambo kya Katonda. Ku ludda olumu tusobola okukomyawo embeera ey'omwoyo nga tujjukiranga Ekigambo kya Katonda n'okukigondera. Kyekyo lwaki kikulu nnyo okukuumanga Ekigambo kya Katonda mu mitima gyaffe.

Eri abantu ng'omwoyo gwabwe gubadde mufu olw'ekibi ekisikire, bwe bakkiriza Yesu Kristo era ne bafuna Omwoyo Omutukuvu, emyoyo gyabwe egibadde gifudde gizuukizibwa. Era okuva olwo, nga beeyongera okwekuuma Ekigambo kya Katonda mu mitima gyabwe n'okukitambuliramu mu bulamu bwabwe, bajja kuba nga bazaala omwoyo okuyita mu Mwoyo. Bajja kwanguwa okukula mu mwoyo. N'olwekyo, Okukuuma Ekigambo kya Katonda n'okukitambuliramu awatali kukyukakyuka kikola kinene nnyo mu kukomyawo omwoyo.

Ekigendererwa mu Kutonda Abantu

Mu ggulu waliyo ebitonde eby'omwoyo bingi, gamba nga bamalayika abagondera Katonda obudde bwonna. Okugyako abatono ennyo abasinga tebalina kikula kya buntu. Tebeesalirawo nti oba basobola okusalawo ani ow'okwagala. Yensonga lwaki Katonda yatonda omusajja eyasooka, Adamu, ng'omuntu gwasobola okugabana naye okwagala Kwe okutuufu.

Mu kaseera katono nnyo, kubisaamu akafaananyi engeri Katonda gye yalimu omusanyufu ng'atonda omuntu asooka Adamu. Ng'abumba emimwa gye, Katonda yali ayagala amusinze;

Ng'akola amatu ge, Yali ayagala awulirize eddoboozi lya Katonda era aligondere; ng'akola amaaso ge, Yali ayagala alabe era ategeere obulungi bwa buli kintu kye Yatonda olwo ekitiibwa akiddize Katonda.

Ekigendererwa kya Katonda okutonda abantu kwe kumuwa ekitiibwa n'okumutendereza n'okugabana nabo okwagala. Yali ayagala abaana basobola okugabana n'abo obulungi bwa buli kintu mu nsi ne mu ggulu. Yali ayagala okusanyukira awamu n'abo olubeerera.

Mu kitabo ky'okubikkulirwa, tulaba abaana ba Katonda abo abalokoleddwa nga batendereza Katonda n'okusinza Katonda mu maaso ga namulondo ya Katonda olubeerera. Bwe batuuka mu ggulu, kijja kuba kirungi nnyo era nga kisanyusa nga tebasobola ku kyebeera wabula okuddiza Katonda ettendo n'okumusinza okuva ku ntobo y'emitima gyabwe olw'ekigendererwa kya Katonda eky'ebuziba era ekye kyama.

Abantu baatondebwa nga emyoyo emiramu naye ne bafuuka abantu ab'omubiri. Naye bwe bafuuka abantu ab'omwoyo nate nga bamaze okuloza ku ssanyu, obusungu, okwagala, ne nnaku, olwo nno nga basobodde okufuuka abaana abatuufu aba Katonda abagala, abeebaza, n'okuddiza Katonda ekitiibwa okuva ku ntobo y'emutima gyabwe.

Adamu bwe yali akyabeera mu Lusuku Adeni, yali tasobola kutwalibwa ng'omwana wa Katonda omutuufu. Katonda yamusomesanga bulungi bwokka n'amazima, nga n'olwekyo yali tamanyi kibi kye ki n'obubi. Nga tamanyi obutaba mu ssanyu ne nnaku kye kitegeeza. Olusuku Adeni bbanga lya mwoyo, era teri kusaanawo teriyo kufa .

Olw'ensonga eno, Adamu yali tamanyi kye kitegeeza okufa. Wadde yabeeranga mu bulungi obwenkanidde awo n'obutajula, yali tawulira ssanyu lya ddala, okusanyuka, okwebaza. Kubanga yali talabanga ku nnaku n'okubonaabona, yali talina kwasinziira kugeraageranya okusobola okutegeera essanyu etuufu bwe liba. Yali tamanyi bukyayi kye butegeeza, era yali tamanyi okwagala okutuufu kye kuli. Katonda yali tayagala Adamu kubeerawo lubeerera nga tamanyi essanyu lye nnyini kye litegeeza , okwebaza, n'omukwano. Eyo yensonga lwaki yateeka omuti ogw'okumanya obulungi n'obubi wakati mu Lusuku Adeni, Adamu asobola okulabako ku mubiri.

Abo abayise mu nsi ey'omubiri bwe banaafuuka abaana ba Katonda nate, awo bajja kuba bategeerera ddala omwoyo omulungi kye gutegeeza n'omuwendo oguli mu mazima. Awo babeera basobola okwebaza Katonda mu mazima olw'okubawa obulamu obutaggwawo. Bwe tutegeera omutima gwa Katonda guno, tujja kuba tetwekengera kigendererwa kya Katonda eky'okuteeka omuti ogw'okumanya obulungi n'obubi n'okuganya abantu okuyita mu kubonaabona olw'ekyo. Wabula tujja kwebaza bwebaza Katonda n'okumuddiza ekitiibwa olw'okuwaayo omwana we Omu yekka Yesu Kristo okununula abantu bonna.

Katonda Ekitiibwa Ayagala okukifuna Okuva mu Baana Abatuufu

Katonda ateekateeka abantu si kufuna abaana abatuufu

kyokka wabula n'okuddizibwa ekitiibwa okuyita mu bo. Isaaya 43:7 wagamba, "Buli muntu eyatuumibwa erinnya lyange era gwe nnatondera ekitiibwa kyange, nze namubumba, weewaawo, n'amukola." Era, 1 Bakkolinso 10:31 wagamba, "Kale oba nga mulya oba nga munywa, oba nga mukola ekigambo kyonna kyonna, mukolenga byonna olw'ekitiibwa kya Katonda."

Katonda ye Katonda kwagala era omwenkanya. Teyatutegekera ggulu n'obulamu obutaggwawo byokka, wabula n'okuwaayo n'awaayo omwana We okutulokola. Katonda asaanidde okuweebwa ekitiibwa olwa kino kyokka. Naye Katonda kye yayagala si kufuna kitiibwa kyokka. Ensonga enkulu ennyo lwaki Katonda ayagala ekitiibwa kimuddire kwe kuwa abantu ekitiibwa ekyo abo abaawa Katonda ekitiibwa. Yokaana 13:32 wagamba, "...era Katonda alimugulumiza mu ye yennyini, era amangu ago anaamugulumiza."

Katonda bwaddizibwa ekitiibwa okuyita mu ffe, Atuwa emikisa egikulukuta ku nsi kuno, era ajja kutuwa ekitiibwa eky'olubeerera ne mu bwakabaka obw'omu ggulu. 1 Abakkolinso 15:41 wagamba, "Ekitiibwa ky'omwezi kirala, n'ekitiibwa ky'emmunyeenye kirala, kubanga emmunyeenye teyenkana na ginaayo kitiibwa."

Watubuulira ku njawulo eriwo mu bifo eby'okubeeramu n'ekitiibwa eky'enjawulo buli muntu anaaba alokoleddwa bye bajja okubeeramu mu bwakabaka obw'omu ggulu. Ebifo eby'okubeeramu mu ggulu, n'ekitiibwa bisalibwawo okusinziira omuntu gye yakoma okweggyako obubi ne gye yakoma okuba n'omutima omutuukirivu n'engeri gye twewaayo mu kuweereza obw'akabaka bwa Katonda. Bwe biba nga bigabiddwa tebisobola kukyusibwa.

Katonda yatonda abantu okusobola okufuna abaana abatuufu ab'omwoyo. Enteekateeka ya Katonda enkulu be bantu nga beeyagalidde okusalawo okweggyako omubiri ne mmeeme ey'agatali mazima olwo bakyuke okufuuka abantu ab'omwoyo n'omwoyo omujjuvu. Ekigendererwa kya Katonda kino ekikulu mu kutonda n'okuteekateeka omuntu kijja kutuukirizibwa okuyita mu bantu abo abafuuka abantu ab'omwoyo n'omwoyo omujjuvu.

Olowooza abantu bali bameka abatambulira mu bulamu obusaanidde ekigendererwa kya Katonda eky'okutonda omuntu olwaleero? Bwe tuba nga tutegeerera ddala ekigendererwa kya Katonda eky'okutonda omuntu, tuba tujja kukomyawo ekifaananyi kya Katonda ekyabula olw'ekibi kya Adamu. Tuba tujja kulaba, okuwulira, n'okutambulira mu mazima gokka, era ebirowoozo byaffe n'ebikolwa bijja kuba nga birongoofu era nga bituukiridde. Eno yengeri ey'okufuukamu abaana ba Katonda abatuufu abawa Katonda essanyu n'okusinga ku eryo lye Yafuna ng'atonda omuntu eyasooka Adamu. Abaana ba Katonda abatuufu ng'abo bajja kweyagalira mu bitiibwa mu Ggulu ebitasobola kugeraageranyizibwa na kitiibwa omwoyo omulamu Adamu kye yeeyagaliramu mu lusuku Adeni!

Essuula 3
Abantu abatuufu

Katonda yatonda abantu mu kifaananyi Kye. Okwagala kwa Katonda okusingayo kwe kuba nga tukomyawo ekifaananyi kya Katonda ekyabula era twenyigire mu buzaaliranwa bwa Katonda.

Ebigwanira Omuntu

Katonda Yatambula ne Enoka

Mukwano gwa Katonda Yibulayimu

Musa Yayagala Abantu Be Okusinga Obulamu Bwe Ye

Omutume Paulo Yalabika nga Katonda

Yabayita Bakatonda

Bwe tutambulira mu Kigambo kya Katonda, tusobola okukomyawo omutima ogw'omwoyo nga guno gujjudde okumanya okw'amazima, ng'ogwo Adamu gwe yalina, kubanga yali omwoyo omulamu nga tannayonoona. Omuntu kimugwanidde okukomyawo ekifaananyi kya Katonda ekyabula olw'ekibi kya Adamu n'okwenyigira mu buzaaliranwa bwa Katonda. Mu Baibuli, tusobola okukiraba nti abo abaafuna Ekigambo kya Katonda era ne bakitambuliramu, abaayogera ebyama bya Katonda, abaalaga amaanyi ga Katonda okulaga Katonda nti Mulamu, baatwalibwa nga baakitiibwa nnyo okuba nti ne bakabaka baabavunnamiranga. Kyabaawo lwakuba baali abaana ba Katonda abaatuufu ng'ono ye Katonda ali Waggulu Ennyo (Zabuli 82:6).

Lumu Kabaka Nebukadduneeza ow'e Babilooni yafuna ekirooto era ne yeerariikirira. N'ayita emmandwa n'Abakaludaaya okubuulira kabaka ekirooto kye kye kitegeeza nga tababuulidde n'akirooto bwe kyabadde. Kino nno tekyasoboka n'amaanyi ga muntu yenna wabula amaanyi ga Katonda oyo atabeera mu mibiri gy'abantu.

Kati Danyeri, eyali omusajja wa Katonda, yasaba kabaka amuweeyo ennaku okusobola okuvvunula amakulu g'ekirooto kye. Katonda n'alaga Danyeri ebyama mu kwolesebwa ekiro. Danyeri n'agenda mu maaso ga Kabaka n'amubuulira ekirooto era n'amuwa amakulu gaakyo. Awo Kabaka Nebukadduneeza n'alyoka avuunama amaaso ge n'asinza Danyeri, era n'alagira okumuwa ssaddaaka n'omugavu, era n'addiza ne Katonda ekitiibwa.

Ebigwanira Omuntu

Kabaka Sulemaani yeeyagalira nnyo mu kitiibwa ne ttutumu okusinga omuntu omulala yenna. Okusinziira ku bwakabaka obwali bugattiddwa kitaawe, Daudi, ng'ensi aginywezezza era ng'erina amaanyi era ng'ensi ezibalinaanye ziwaayo ebirabo. Obwakabaka bw'ali ku ntiko yaabwo ey'okwatikirira we yafugira (1 Bassekabaka 10).

Naye ekiseera bwe kyagenda kiyitawo, yeerabira ekisa kya Katonda. Yalowooza nti buli ekyakolebwanga gaali maanyi ge. Yava ku Kigambo kya Katonda era n'amenya n'ebiragiro bya Katonda eby'obutawasa bakazi Abamawanga. Yayagala abakazi bangi bannagwanga mu biseera bye ebisembayo. Era n'akola eky'omuzizo ng'azimba ekifo ekigulumivu ng'abakazi bannagwanga bwe baali baagala, era nga naye asinza bakatonda abalala.

Katonda n'amulabula emirundi ebiri obutasinzanga bakatonda balala naye nga Sulemaani tawulira. Era ekyavaamu, Obusungu bwa Katonda ne bubaggwako mu mulembe ogwaddako era Isiraeri ne yeeyawulamu obwakabaka bwa mirundi ebiri. Eyali asobola okuba na buli kumu kye yali ayagala, naye ku nkomerero yayogera nti byonna, "Butaliimu, obusinga butaliimu" (Omubuulizi 1:2).

Yakitegeera nti ebintu byonna mu nsi eno ddala byonna butaliimu, era n'amaliriza ng'agamba, "Ekigambo ekyo we kikoma wano, byonna biwuliddwa, otyanga Katonda, okwatanga ebiragiro Bye kubanga ebyo byonna bye bigwanira omuntu" (Omubuulizi 12:13,). Agamba nti obuvunaanyizibwa bw'omuntu kwe kutya Katonda n'okukwatanga ebiragiro Bye.

Kino kitegeeza ki? Okutya Mukama kwe kukyawa obubi (Engero 8:13). Abo abagala Katonda bajja kweggyako obubi era bakuumenga amateeka Ge, era mu ngeri eno bajja kutuukiriza ekyo ekigwanira omuntu. Tusobola okuyitibwa abantu abajjuvu singa tuteekateeka emitima gyaffe okufuuka ng'egya Mukama okusobola okukomyawo ekifaananyi kya Katonda. Kati, katutunuulire ebimu ku by'okulabirako eby'aba jjajja b'okukkiriza n'abasajja abaalina okukkiriza okutuufu era nga baasanyusa Katonda.

Katonda Yatambula ne Enoka

Katonda yatambula ne Enoka okumala emyaka bisatu era n'amutwala nga mulamu. Empeera y'ekibi kufa, era okuba nga Enoka yatwalibwa mu ggulu nga talabye kufa bukakafu obulaga nti Katonda yakkiriza nti talina kibi. Yateekateeka omutima ne guba nga mulongoofu era nga teguliiko bbala nga gufaanana omutima gwa Katonda. Eyo yensonga lwaki Setaani yali talina kya mulumiriza era bwatyo kwe kutwalibwa nga mulamu.

Olubereberye 5:21-24 bwe wati bwe w'ogera ku kino:

"Enoka n'amala emyaka nkaaga mu etaano, n'azaala Mususeera, Enoka n'atambuliranga wamu ne Katonda bwe yamala okuzaala Mesuseera emyaka bisatu, n'azaala abaana ab'obulenzi n'ab'obuwala. Ennaku zonna eza Enoka ne ziba emyaka bisatu mu nkaaga mu etaano. Enoka n'atambulira wamu ne Katonda, so n'atabeerawo, kubanga Katonda yamutwala."

'Okutambulira awamu ne Katonda' kitegeeza nti Katonda ali n'omuntu oyo ekiseera kyonna. Enoka yatambuliranga mu kwagala kwa Katonda okumala emyaka bikumi bisatu. Katonda yali naye buli gye yalaganga.

Katonda Musana, Mulungi, era nga kwagala kwennyini. Okutambula ne Katonda ow'ekika ekyo, tetulina kuba na kizikiza kyonna mu mitima gyaffe, era nga tulina okuba nga tujjudde obulungi n'okwagala. Enoka yabeerawo mu nsi ejjudde ebibi, naye yeekuuma nga mulongoofu. Era yatuusanga obubaka bwa Katonda eri ensi. Yuda 1:14 w'agamba, "Era abo yabalagulako Enoka, ow'omusanvu okuva ku Adamu ng'ayogera nti Laba, Mukama yajja n'abatukuvu Be kakumi.'" Nga bwe kyawandiikibwa, yaganya abantu okumanya ku kujja kwa Mukama okw'Omulundi Ogw'okubiri n'omusango.

Baibuli teyogera kintu kyonna ku Enoka nti oba alina eky'amaanyi kye yakola oba nti yakolera Katonda ekintu ekitatera kulabikalabika. Naye Katonda yamwagala nnyo kubanga yatyanga Katonda era n'atambulira mu bulamu obutuukirivu nga yeewala ekibi. Eyo yensonga lwaki Katonda yamutwalira ku myaka 'emito bwe gityo'. Kubanga abantu mu kiseera ekyo baabeerangawo okumala emyaka nga 900 kyokka ye yalina 365 gyokka Katonda weyamutwalira. Yali musajja muto enjasa biggu.

Abaebbulaniya 11:5 wasoma nti, "Olw'okukkiriza, Enoka yatwalibwa obutalaba kufa, n'atalabika kubanga Katonda yamutwala, kubanga bwe yali nga tannatwalibwa yategeezebwa okusiimibwa Katonda."

Ne leero, Katonda ayagala tutambulire mu bulamu obulongoofu era obulimu Katonda nga tulina emitima emirungi era egituukiridde nga temuliimu kuddugala kwonna okw'ensi olwo asobole okutambula naffe bulijjo.

Mukwano gwa Katonda Yibulayimu

Katonda yayagala abantu bonna okumanya omwana wa Katonda omutuufu bw'abeera okuyita mu Yibulayimu, nga ye 'taata w'okukkiriza'. Yibulayimu yayitibwa 'ensulo y'emikisa' era 'mukwano gwa Katonda'. Mukwano gw'omuntu ye muntu gw'osobola okwesiga era gwe mugabana naye ebyama. Kituufu nti waaliwo okusooka okulongooseebwa, Yibulayimu okutuuka ku ddaala ly'okwesigira ddala Katonda. Olwo Yibulayimu ajja atya okukkirizibwa nga mukwano gwa Katonda?

Yibulayimu yagondanga ne 'Ye ssebo' ne 'Amiina'. Bwe yasooka okufuna okuyitibwa kwa Katonda okuva mu nsi ye, yagonda bugonzi nga tamanyi na gye yali alaga. Era, Ibulaamu yanoonyanga kwagala kwa balala so si ku kwe era ng'anoonya mirembe. Yali abeera n'omwana wa muganda we Lutti era bwe baali balina okwawukana, Yawa kizibwe we omukisa ogw'okusooka okulonda ew'okudda. Yalina obuyinza bwonna obw'okulondako ettaka ly'aba atwala kubanga ye yali kojja, naye omukisa yaguwa Lutti.

Ibulaamu yagamba mu Lubereberye 13:9, "Ensi yonna teri mu maaso go? Yawukana nange nkwegayiridde, obanga oneeroboza omukono ogwa kkono, nange naagenda ku mukono ogwa ddyo, naawe bw'oneeroboza omukono ogwa ddyo, nange naagenda ku mukono ogwa kkono."

Olw'okuba Ibulaamu yalina omutima omulungi bwe gutyo, Katonda yamuwa ekisuubizo eky'emikisa nate. Mu lubereberye 13:15-16, Katonda yasuubiza nti, "...Kubanga ensi yonna gy'olabye, ndigiwa ggwe, n'ezzadde lyo emirembe gyonna. Era ndifuula n'ezzadde lyo ng'enfuufu ey'oku nsi, era omuntu bw'ayinza okubala enfuufu ey'oku nsi, era n'ezzadde lyo liribalika."

Olunaku lumu, eggye ery'egasse okuva mu bwakabakaba obw'enjawulo baalumba Sodoma ne Gomora ng'eyo omwana wa muganda wa Ibulaamu Lutti gye yali abeera era ne bannyaga abantu n'ebintu bingi ne bagenda. Ibulaamu n'akulemberamu abasajja be, nga bano baali baazaalibwa mu nnyumba ye, abasajja bisatu mu kkumi na munaana, era n'agenda ng'abawondera okutuukira ddala ku Ddaani. N'akomyawo ebintu byonna ebyali binyagiddwa, era ne Lutti wamu n'ebibye naye n'amukomyawo, abakazi n'abantu bonna.

Wano, kabaka wa Sodoma n'ayagala ogubadde omunyago okuguwa Ibulaamu okumwebaza, kyokka Ibulaamu n'agamba nti, "Ssiritwala kaggwa newakubadde akantu konna k'olina, oleme okwogera nti 'mmugaggawazizza Ibulaamu'" (Olubereberye 14:23). Tekyali kibi okubaako kyatwala okuva ku kabaka, naye yagaana okutwala omugabo kabaka gwe yali amuwa okukakasa nti emikisa gyonna gye yafunanga gy'avanga wa

Katonda. Yanoonyanga kitiibwa kya Katonda kyokka n'omutima ogutuukiridde ogutaliimu kweyagaliza, era bwatyo Katonda kye y'ava amuwa emikisa mu bungi.

Katonda bwe yalagira Yibulayimu okuwaayo omwana we omu yekka Isaaka ng'ekiweebwayo ekyokebwa, yagonderawo, kubanga yali yeesiga Katonda eyali asobola okuzuukiza abafu. Era ekyavaamu, Katonda n'amuteekawo nga taata w'okukkiriza, ng'agamba, "Okukuwa omukisa naakuwanga omukisa, n'okwongera naakwongerangako ezzadde lyo ng'emmunyeenye ez'omu ggulu, ng'omusenyu oguli ku ttale ly'ennyanja, era ezzadde lyo balirya omulyango ogw'abalabe baabwe. Era mu zzadde lyo amawanga gonna ag'omu nsi mwe galiweerwa omukisa, kubanga owulidde eddoboozi Lyange" (Olubereberye 22:17-18).

Era, Katonda yamusuubiza nti Omwana wa Katonda, Yesu, nga ye yali ow'okulokola abantu bonna, yali wa kuva mu zzadde lye.

Yokaana 15:13 wagamba, "Tewali alina kwagala Kunene okusinga kuno omuntu okuwaayo obulamu bwe olwa mikwano gye." Yibulayimu yali mwetegefu okuwaayo omwana we omu yekka Yisaaka, ng'ono yali wa muwendo n'okusinga obulamu bwe ye, bwatyo n'alaga okwagala kwe eri Katonda. Katonda yateekawo Yibulayimu ng'eky'okulabirako eky'okuteekateeka omuntu ng'amuyita mukwano gwa Katonda olw'okukkiriza kwe okw'amaanyi, n'okwagala kwa Katonda.

Katonda Ye Ayinza byonna era n'olwekyo Asobola okukola ekintu kyonna era Asobola okutuwa ekintu kyonna. Naye Abaana be abawa emikisa n'okuddamu okusaba kwabwe okusinziira ku kyenkana ki kye bakyuse olw'amazima mu kuteekebwateekebwa kw'abantu, olwo basobole okuwulira munda mu bo okwagala kwa Katonda era beebaze emikisa egibaweereddwa.

Musa Yayagala Abantu Be okusinga Obulamu Bwe Ye

Musa bwe yali omulangira mu Misiri, Yatta Omumisiri okusobola okuyamba abantu be, era bwatyo yalina okudduka okuva mu lubiri lwa Falawo. Era okuva olwo n'atandika okubeera mu ddungu ng'omulunzi w'endiga okumala emyaka amakumi ana.

Musa yali mu kifo ekya wansi ng'alunda ndiga mu ddungu lya Midiyaani, era yalina okwerabira amalala gonna ne kye yayitanga obutuukirivu bye yalinanga ng'akyali mu Misiri. Katonda n'ajja mu maaso ga Musa ono atalina bwali era n'amuwa obuvunaanyizibwa bw'okugya abaana ba Isiraeri mu Misiri. Musa yalina okuteeka obulamu bwe mu katyabaga okukikola, naye yagonda era n'agenda mu maaso ga Falaawo.

Bwe tulowooza ku ngeri abaana ba Isiraeri gye beeyisangamu, olwo ne tulaba obunene bw'omutima gwa Musa bwe yakkiriza okuwambatira abantu bano bonna. Buli abantu lwe baafunanga ebizibu, nga beemulugunya ku Musa era baagezaako n'okumukuba amayinja.

Bwa baabulwanga amazzi, beemulugunyanga ennyonta bwe baluma. Ate bwe baafunanga amazzi nga beemulugunya obutaba na mmere. Katonda bwe yabawa maana okuva waggulu, ne beemulugunya nti tebalina nnyama. Nga bagamba nti baalinga balya bulungi mu Misiri, nga bwe banyoomoola maana nga bagamba mmere mbi.

Katonda bwe yamala n'abagyako amaaso Ge, emisota gy'omu ddungu n'egibatabukira okubaluma. Kyokka era baasobola okutaasibwa kubanga Katonda yawulira okusaba kwa Musa okw'amaanyi. Abantu baali balabye okumala ebbanga ddene nti Katonda yali ne Musa, naye ne beekolera katonda waabwe mu nnyana eya zaabu era ne batandika okugisinza, Musa bwe yali yakavaawo bwati. Era baasendebwasendebwa n'abakazi abamawanga okuyingira mu bwenzi, era nga buno n'abwo bwali bwenzi obw'omwoyo. Musa yasaba eri Katonda mu maziga ku lw'abantu be. Yawaayo obulamu bwe ng'omutango ogw'okusonyiyibwa, wadde nga baali tebajjukira kisa kye baaweebwa.

Okuva 32:31-32 wasoma nti:

Musa n'addayo eri MUKAMA, n'ayogera nti Woo, abantu abo bayonoonye ekyonoono ekinene, ne beekolera bakatonda aba zaabu. Naye kaakano bw'otoobasonyiwe, onsangule nze, nkwegayiridde, mu kitabo kyo kye wawandiika!"

Wano, okuwanduukulula erinnya lye mu kitabo kitegeeza nti yali tajja kulokolebwa era nga yali ajja kubonaabonera olubeerera mu muliro gwa ggeyeena, nga kuno kwe kufa okw'olubeerera. Musa kino yali akimanyi bulungi, naye yali ayagala abantu basonyiyibwa waakiri ng'awaayo obulamu bwe.

Olowooza Katonda yalowooza ki ng'alaba Musa ono? Musa yali ategeera mu buziba omutima gwa Katonda oyo akyawa ekibi naye ng'ate ayagala okulokola ab'onoonyi, era Katonda n'asanyukira Musa era n'amwagala nnyo. Katonda n'awulira essaala ya Musa eno ey'okwagala kale abaana ba Isiraeri ne bawano okuzikirira.

Kubisaamu nga oludda olumu luliko ejjinja ery'omuwendo. Nga teririnaako kizibu kyonna era nga lyenkana ng'ekibatu. Kyokka nga ku ludda olulala waliyo enkumi n'enkumi z'amayinja bwe genkana obunene. Olwo, kiriwa ekisinga omuwendo? Wadde amayinja genkana ki obungi, tewali muntu ayinza okutwalamu mayinja n'aleka ejjinja ery'omuwendo omungi. Mu ngeri y'emu, omuwendo ogwali mu Musa omuntu omu eyali atuukirizza ekigendererwa ky'okuteekateeka abantu, gwali munene nnyo okusinga enkumi n'enkumi z'abantu abaali tebakikoze (Okuva 32:10).

Okubala 12:3 woogera ku Musa nti "Era omusajja Musa yali muwombeefu nnyo, okusinga abantu bonna abaali ku nsi yonna" era ne mu Kubala 12:7 Katonda yamukakasa ng'agamba nti, "Omuddu wange Musa si bwali bw'atyo, oyo mwesigwa mu nnyumba yange yonna."

Baibuli etubuulira emirundi mingi engeri Katonda gye yayagala Musa ono. Okuva 33:11 wagamba, "MUKAMA n'ayogeranga ne Musa nga balabagana mu maaso, ng'omuntu bw'ayogera ne mukwano gwe." Era mu Kuva 33, tulaba nga Musa yasaba Katonda Amwelage era Katonda n'amuddamu.

Omutume Pawulo Yalabika nga Katonda

Omutume Pawulo yaweereza Mukama n'obulamu bwe bwonna kyokka nga yalinga awulira bubi olw'ebiseera bye eby'emabega, kubanga yali yayigganya Mukama. Kale, okugezesebwa kwonna yakuyitangamu n'essanyu saako okwebaza ng'agamba, "Kubanga nze ndi muto mu batume, atasaanira kuyitibwa mutume, kubanga nnayigganyanga ekkanisa ya Katonda" (1 Abakkolinso 15:9).

Yasibibwa, yakubibwa emirundi egitabalika, nga buli ssaawa abeera mu katyabaga ak'okufa. Emirundi etaano yakubibwa kibooko asatu mu mwenda okuva mu Bayudaaya. Emirundi esatu yakubibwa enga, olumu baamukubako amayinja, emirundi esatu eryato lyamenyeka, n'abeera ebuziba okumala olunaku lulamba. Ng'abeera ku lugendo buli ssaawa, mu buzibu obw'emigga, mu buzibu obw'abazigu, mu buzibu okuva mu bantu be, mu buzibu okuva mu Bamawanga, obuzibu mu kibuga, obuzibu mu ddungu, obuzibu ku nnyanja, obuzibu okuva mu b'oluganda ab'obulimba; yalinga mu kutuyaana na kubonaabona, ebiro bingi nga teyeebaka, mu njala ne nnyonta, nga taba na mmere, mu bunnyogovu ne mu kasana.

Okubonaabona kwe kwali kw'amaanyi okuba nti yayogera mu 1 Bakkolinso 4:9, "Kubanga, ndowooza nga Katonda ffe abatume yatwolesa enkomerero ng'abataaleme kufa, kubanga twafuuka ekyerolerwa ensi ne bamalayika, n'abantu."

Olwo, Lwaki Katonda yakkiriza omutume Pawulo, eyali omwesigwa ennyo, okuyita mukubonaabona okwenkanidde awo? Katonda yali ayagala Paulo okuvaamu ng'omuntu eyalina omutima omulungi ogulinga ejjinja ery'omuwendo. Pawulo teyalina muntu n'omu wa kwesigamako okujjako Katonda mu mbeera enzibu ng'abamusiba oba okuba mu katyabaga k'okutibwa essaawa yonna. Essanyu n'okubudaabudibwa yabifunanga mu Katonda. Yeerekereza byonna era n'ateekateeka omutima gwe okufaanana ng'ogwa Mukama.

Ebigambo Paulo bye yayogera byali bikulu kubanga yava mu kubonaabona okwo ng'omuntu omulungi. Yali tayagala kwewala mbeera nzibu yonna, wadde nga zaali nzibu nnyo omuntu yenna okuzigumira. Yayatula okwagala kwe eri ab'oluganda ne kkanisa mu 2 Bakkolinso 11:28 yagamba, "Obutassaako bya bweru, waliwo ekinzitoowerera bulijjo bulijjo, okwerariikiriranga olw'ekkanisa zonna."

Era, mu Baruumi 9:3, ku bantu be abaali bagala okumutta, y'agamba, "Kubanga nandyagadde nze mwene okukolimirwa Kristo olwa baganda bange, ab'ekika kyange mu mubiri." Wano, 'baganda bange, ab'ekika kyange' yali ayogera ku Bayudaaya n'aba Falisaayo abayigganya n'okusumbuwa ennyo Paulo.

Ebikolwa by'abatume 23:12-13 wagamba, "Bwe bwakya enkya, Abayudaaya ne balagaana ne beeyama obweyamo nga bagamba nti tebajja kulya newakubadde okunywa wabula nga bamaze okutta Pawulo. Abeekobaana bwe batyo ne basukka amakumi ana.."

Pawulo teyabakyokoozaako nti batandika okumuwalana. Pawulo teyabalimbako wadde okubakola obubi. Naye olw'okuba yabuulira enjiri era n'akola ebintu ebiraga amaanyi ga Katonda kye kya baleeta awamu na beeyama okutta Pawulo.

Wabula wadde gwali bwe gutyo, yasigala asaba nti abantu abo balokolebwe, nga wadde kyali kitegeeza nti kiyinza okumuleetera obutalokolebwa. Yensonga lwaki Katonda yamuwa amaanyi amangi bwe gatyo: yateekateeka obulungi bungi nga olwa buno yali asobola okuwaayo obulamu bwe ye olw'abo abaali bagala okumukolako obulabe. Katonda yamuganya okukola eby'amagero ebitasangika, nga emyoyo emibi n'endwadde okuva ku bantu nga bakozesa obutambaala oba engoye ebyali bikoonye ku Pawulo.

Yabayita Bakatonda

Yokaana 10:35 wagamba, "Oba nga yabayita abo bakatonda, abajjirwa ekigambo kya Katonda (so n'ebyawandiikibwa tebiyinza kudiba)." Bwe tufuna Ekigambo kya Katonda era ne tukitambuliramu, tufuuka abantu ab'amazima, kwe kugamba abantu ab'omwoyo. Eno yengeri ey'okufaananamu Katonda nga Ye mwoyo: Okufuuka omuntu ow'omwoyo n'okusingawo omwoyo omujjuvu. Era, bwe tutuuka ku ssa lino, tuba tusobola okuvaayo ng'abantu abafaanana Katonda.

Okuva 7:1 wagamba, "Awo MUKAMA n'agamba Musa nti, 'Laba, nkufudde Katonda eri Falaawo, era Alooni muganda wo alibeera Nnabbi wo.'" Era, Okuva 4:16 wagamba, "Nti naye alibeera mutegeeza wo eri abantu, awo alikubeera kamwa, naawe olimubeera nga Katonda." Nga bwe kyawandiikibwa, Katonda yateeka ku Musa amaanyi ag'enkanidde awo era nga Musa abantu baamulabanga Katonda.

Mu bikolwa by'abatume 14, mu linnya erya Yesu Kristo, omutume Pawulo yayimiriza n'okutambuza omusajja eyali tatambulangako mu bulamu bwe. Bwe yabuuka n'atambula, abantu beewunya nnyo era ne bagamba, "Bakatonda basse gye tuli nga bafaanana abantu" (Ebikolwa by'abatume 14:11). Nga mu ky'okulabirako kino, abo abatambula ne Katonda basobola okulabika nga Katonda kubanga bantu ab'omwoyo, wadde nga balina emibiri egirabibwa.

Yensonga lwaki kinnyonyolwa mu 2 Peetero 1:4: "ebyatuweesa ebisuubizibwa eby'omuwendo omungi ebinene ennyo, olw'ebyo mulyoke mugabanire awamu obuzaaliranwa bwa Katonda, bwe mwawona okuva mu kuzikirira okuli mu nsi olw'okwegomba."

Katukitegeera nti kuyaayaana kwa Katonda nti abantu bagabanira wamu mu buzaaliranwa bwa Katonda, tusobola okweggyako omubiri oguvunda nga mu gwo amaanyi ag'ekizikiza mwe gasanyukira, nga tuzaala omwoyo okuyita mu Mwoyo, olwo twenyigire mu buzaaliranwa bwa Katonda.

Kasita tutuuka ku mutendera ogw'omwoyo omujjuvu, kitegeeza nti ttukomezzaawo omwoyo mu bujjuvu. Okukomyawo omwoyo mu bujjuvu kitegeeza nti tukomezzaawo ekifaananyi kya Katonda ekyali kyabula olw'ekibi kya Adamu, olwo n'ekitegeeza nti twenyigira mu buzaaliranwa bwa Katonda.

Bwe tutuuka ku mutendera guno, tusobola okufuna amaanyi aga Katonda. Amaanyi ga Katonda kye kirabo ekiweebwa abaana abo abafaanana Katonda (Zabuli 62:11). Obukakafu nti omuntu yafuna amaanyi ga Katonda bwe bubonero n'eby'amagero ebitatera kulabikalabika, saako ebintu eby'ewunyisa, nga bino byonna birabisibwa Omwoyo Omutukuvu.

Bwe tufuna amaanyi ag'ekika ekyo, tusobola okutwala emmeeme ezitabalika eri ekkubo ery'obulamu era obulokozi. Peetero yakola eby'amagero bingi eby'amaanyi okuyita mu maanyi ag'Omwoyo Omutukuvu.

Mu lubuulira lumu, abasajja abassuka nkumi ttaano baalokolebwa. Amaanyi ga Katonda bwe bukakafu okulaga nti Katonda omulamu ali n'omuntu. Era ngeri ekakasiddwa okusimba okukkiriza mu bantu.

Abantu tebalikkiriza n'akatono nga tebalabye bubonero n'eby'amagero (Yokaana 4:48). N'olwekyo, Katonda ayolesa amaanyi Ge okuyita mu bantu ab'omwoyo omujjuvu abo abakomezzaawo omwoyo mu bujjuvu abantu basobole okukkiririza mu Katonda Omulamu, Omulokozi Yesu Kristo, okubeerayo kwe Ggulu ne Ggeyeena, saako obutuufu bwa Baibuli.

Essuula 4
Ensi Ey'omwoyo

Emirundi mingi Bayibuli etubuulira ku nsi ey'omwoyo n'abantu abagirabyeko. Era mu nsi eyo ey'omwoyo gye tujja okugenda oluvannyuma lw'obulamu ku nsi kuno.

Omutume Pawulo Yamanya Ebyama by'Ensi Ey'omwoyo

Ensi Ey'omwoyo Etaliiko Kkomo Eragibwa mu Bayibuli

Eggulu ne Ggeyeena Ddala Gye Biri

Obulamu Oluvannyuma lw'okufa Obw'emmeeme Ezitalokoleddwa

Nga Enjuba n'Omwezi bwe Byawukana mu Kitiibwa

Eggulu Terisobola Kugeraageranyizibwa na Lusuku Adeni

Yerusaalemi Empya, Ekirabo Ekisingayo Ekiweebwa Abaana Abatuufu

Abantu abakomezzaawo ekifaananyi kya Katonda ekyali kyabula bwe bamalako obulamu bwabwe wano ku nsi, baddayo mu nsi ey'omwoyo. Ekitali ku nsi yaffe eno gye tulaba n'amaaso, yo ensi ey'omwoyo terinaako kkomo. Tetusobola kupima buwanvu bwayo, okukka, oba obugazi.

Ensi ey'omwoyo ennene bw'etyo esobola okwawulwamu ebbanga ery'ekitangaala nga lino lye lya Katonda ne bbanga ery'ekizikiza nga lino lyakkirizibwa emyoyo emibi okwetayizaamu. Mu bbanga ery'ekitangaala mwe muli Obwakabaka obw'omu Ggulu ewategekeddwa abaana ba Katonda abaalokolebwa olw'okukkiriza. Abaebbulaniya 11:1 wagamba, "Okukkiriza kye kinyweza ebisuubirwa, kye kitegeereza ddala ebigambo ebitalabika." Nga bwe kyogeddwa, ensi ey'omwoyo y'ensi etasobola kulabibwa. Naye, ng'embuyaga mu bbanga erirabibwa bw'eriwo naye tesobola kulabibwa, tusobola okukkiririza mu kukkiriza olw'ekyo kye tutasobola kusuubira mu nsi eno erabibwa n'amaaso, ebyo ebiragibwa okuba nga bya mu nsi ey'omwoyo bye bikakasa nti gyeri.

Okukkiriza ye wankaaki etutwala eri ensi ey'omwoyo. Ly'ekkubo lyaffe ababeera mu nsi erabibwa okusisinkana Katonda oyo ali mu nsi ey'omwoyo. N'okukkiriza, tusobola n'okuwuliziganya ne Katonda nga Ye mwoyo. Tusobola okuwulira n'okutegeera Ekigambo kya Katonda ng'amatu gaffe ag'omwoyo gagguddwa, nga n'amaaso gaffe ag'omwoyo maggule, olwo tusobola okulaba ensi ey'omwoyo eyo etasobola kulabibwa maaso ga mubiri.

Okukkiriza kwaffe bwe kweyongera, tuba tweyongera n'okuba n'essuubi ery'obwakabaka obw'omu ggulu era ne twongera okutegeera omutima gwa Katonda mu ngeri ey'ebuziba. Bwe tutegeera n'okuwulira okwagala Kwe, tuba tetusobola kwebeera kumwagala. Era, bwe tufuna okukkiriza okutuukiridde, ebintu eby'ensi ey'omwoyo bijja kutandika okubeerawo, nga bino biba tebisoboka mu nsi erabibwa, kubanga Katonda ajja kubeera naffe.

Omutume Pawulo Yamanya Ebyama By'ensi Ey'omwoyo

Mu 2 Bakkolinso 12:1 n'okweyongerayo Pawulo annyonnyola ebyo bye yali alabye mu nsi ey'omwoyo ng'agamba, "Kingwanidde okwenyumirizanga newakubadde nga tekusaana, naye ka ng'ende mu kwolesebwa n'okubikkulirwa kwa Mukama waffe." Yali ayogera kw'ekyo kye yalaba bwe yatuukako mu nsi ensuubize ey'obwakabaka obw'omu ggulu mu Ggulu ery'okusatu.

Mu 2 Bakkolinso 12:6 agamba, "Kuba singa nayagala okwenyumirizanga, ssandibadde musirusiru, kubanga nandyogedde amazima, naye ndeka, omuntu yenna alemenga okundowooza okusinga bw'andaba oba bw'ampulira." Omutume Pawulo yali alina eby'omwoyo bingi by'amanyi era nga yali yafuna okubikkulirwa kwa Katonda, naye yali tayinza kwogera buli kimu ky'amanyi ku nsi ey'omwoyo.

Mu Yokaana 3:12, Yesu yagamba, "Bwe mbabuulidde eby'ensi, ne mutakkiriza, mulikkiriza mutya bwe nnaababuulira eby'omu ggulu?" Nga wadde abayigirizwa ba Yesu baali balina bingi eby'amaanyi bye baali balabye, kyokka era baali tebakkiririza ddala mu Yesu. Okufuna okukkiriza okutuufu baamala kulaba kuzuukira kwa Mukama. Oluvannyuma lw'ekyo, olwo bawaayo obulamu bwabwe eri obwakabaka bwa Katonda n'okubunyisa wonna enjiri. Bwatyo, omutume Pawulo naye yalina bingi by'amanyi ku nsi ey'omwoyo era n'atuukiriza mu bujjuvu obuvunaanyizibwa bwe n'obulamu bwe bwonna.

Tewaliiwo ngeri yonna gye tuyinza okutegeeramu n'okuwulira munda mu ffe ensi ey'omwoyo nga Paulo bwe yali? Gyeri. Okusookeea ddala, tulina okuyaayaanira ensi ey'omwoyo. Bwe tuba nga tuyaayaanira nnyo ensi ey'omwoyo kikakasa nti tukkiriza era twagala Katonda oyo omwoyo.

Ensi Ey'omwoyo Etaliiko Kkomo Eragibwa mu Bayibuli

Mu Bayibuli tusobola okusangamu ebyawandiikibwa bingi eby'ogera ku nsi ey'omwoyo n'eby'omwoyo ebyabaawo. Adamu yatondebwa nga omuntu omulamu, nga yali omwoyo omulamu, era yali asobola okuwuliziganya ne Katonda. Oluvannyuma lwa Adamu, waaliwo ba nnabbi bangi abawuliziganyanga ne Katonda era ng'olumu bawulira eddoboozi lya Katonda butereevu (Olubereberye 5:22, 9:9-13; Okuva 20:1-17;

Okubala 12:8). Olumu, bamalayika beebalabikiranga abantu okubaako obubaka obuva eri Katonda bwe baleeta. Waliwo n'ebiwandiikiddwa ku biramu ebina (Ezekyeri 1:4-14), bakerubi (2 Samwiri 6:2; Ezekyeri 10:1-6), eggaali ez'omuliro, n'embalaasi ez'omuliro (2 Bassekabaka 2:11, 6:17), nga bino byonna bya mu nsi ey'omwoyo.

Ennyanja Emyufu yayawulwamu emirundi ebiri. Amazzi gaafubutuka mu jinja okuyita mu musajja wa Katonda, Musa. Enjuba n'omwezi byasibira mu kifo kimu okuyita mu ssaala ya Yoswa. Eliya yasaba eri Katonda omuliro ne gukka okuva mu ggulu. Era bwe yamala obuvunaanyizibwa bwonna ku nsi eno, Eliya yatwalibwa mu ggulu nga mulamu mu mbuyaga ekunta ennyo. Bino bye bimu ku by'okulabirako eby'ebintu ebyabaawo nga ensi ey'omwoyo ebikkulwako wano mu bbanga erirabibwa.

Okwongereza okwo, mu 2 Bassekabaka 6, eggye lya Alamu bwe ly'ajja okukwata Elisa, amaaso g'omuddu wa Elisa Gekazi ne gazibuka, n'alaba embalaasi n'amagaali ag'omuliro ageetoolodde Erisa okumukuuma. Danyeri yasuulibwa mu kinnya kye mpologoma olw'okulimirira okuva mu bakungu banne ewa kabaka, naye teyakolebwako bulabe bwonna kubanga Katonda yasindika malayika We okuziba obumwa bw'empologoma. Mikwano gya Danyeri esatu n'agyo gyajeemera kabaka okusobola okukuuma okukkiriza kwabwe ne basuulibwa mu kikoomi ky'omuliro ekyali kyokya emirundu musanvu ku kwokya okwa bulijjo. Naye wadde oluviiri olumu ku mitwe gyabwe twerwakwata muliro.

Omwana wa Katonda, Yesu, naye yayambala omubiri gw'abantu bwe yali ajja kuno ku nsi, naye Yayolesa ebintu eby'omu nsi ey'omwoyo etaliiko kkomo, nga tewali kimukugira mu nsi eno gye tulaba. Yazuukiza abafu, n'awonya endwadde ez'enjawulo, era n'atambulira ku mazzi. Kyokka, n'oluvannyuma lw'okuzuukira Kwe, amangu ago n'alabikira eri abagoberezi Be ababiri abaali bagenda e Emawo (Lukka 24:13-16), era n'ayita ne mu bisenge by'ennyumba abayigirizwa Be mwe baali beesibidde nga batya Abayudaaya (Yokaana 20:19).

Kino kye kiyitibwa okutambula mu ngeri ey'amayengo, okusukuluma ebyo ebibaawo mu nsi gye tulaba. Kitulaga nti mu nsi ey'omwoyo teri kkomo lya budde oba ebbanga. Waliyo bbanga lya mwoyo mu kifo kye bbanga lino lye tulaba n'amaaso gaffe, era nga yatambula wamu n'ebbanga ery'omwoyo okusobola okulabikira mu kifo mu budde bwe yali ayagala.

Abo abaana ba Katonda abalina obutuuze mu Ggulu balina okuba nga bayayaanira ebintu eby'omwoyo. Katonda aganya abantu abalina okuyaayaana okw'ekika ekyo okuba nga balaba ensi ey'omwoyo, nga bwe yagamba mu Yeremiya 29:13, "Era mulinnoonya ne mundaba, bwe mulinkenneenya n'omutima gwammwe gwonna."

Tusobola okugenda mu mwoyo era Katonda asobola okuggulawo amaaso gaffe ag'omwoyo bwe tweggyako kye tuyita obutuukirivu, n'ebyo kwe tubupimira nga kwetugasse n'okuba n'okuyaayaana okw'ekika ekyo.

Omutume Yokaana omu ku bayigirizwa ba Yesu ekkumi n'ababiri (Okubikkulirwa 1:1, 9). Mu kyasa kye 95 nga Yesu amaze okuzuukira, yasibibwa Domitina, kabaka w'e Looma era n'asuulibwa mu nsuwa eya buto eyesera. Naye teyafa bwatyo n'awang'angusibwa ku kizinga kya Patumo. Era eyo gye yawandiikira ekitabo ky'Okubikkulirwa.

Yokaana okusobola okufuna okubikkulirwa okw'ebuziba bwe kutyo, ateekwa okuba nga yalina ebisaanyizo by'okukufuna. Ebisaanyizo biri nti, yalina okuba nga mutuukirivu nga talina bubi bwonna era nga alina omutima gwa Mukama. Okutuuka okussa wansi eby'ama eby'ebuziba n'okubikkulirwa okw'omu ggulu mu kw'olesebwa okw'Omwoyo Omutukuvu kitegeeza kwali okusaba okw'amaanyi okwaweebwayo n'omutima omulongoofu ddala era nga gutuukiridde.

Eggulu ne Ggeyeena Ddala Gye Biri

Mu nsi ey'omwoyo mulimu Eggulu ne Ggeyeena. Nga nnakaggulawo ekkanisa ya Manmin, Katonda lumu yandaga Eggulu ne Ggeyeena mu kusaba kwange. Obulungi n'essanyu ebiwulirwa mu Ggulu tebirojjeka oba okuvaayo obulungi mu bigambo.

Mu biseera bye Ndagaano Empya, abo abakkiriza Yesu Kristo ng'Omulokozi waabwe, basonyiyibwa ebibi byabwe era ne balokolebwa. Bajja kusooka okugenda mu Ntaana eya Waggulu ng'obulamu bwabwe obw'ensi buweddewo. Eyo, bajja kusigalayo ennaku ssatu okusobola okumanyiiri ensi ey'omwoyo, olwo bagende mu kifo awalindirwa mu Lusuku lwa Katonda mu bwakabaka obw'omu Ggulu. Taata w'okukkiriza Yibulayimu ye yalina obuvunaanyizibwa ku Ntaana eya Waggulu okutuuka Mukama lwa yalinnya mu ggulu, era yensonga lwaki tusanga ekyawandiikibwa mu Bayibuli nga omwavu Lazaalo 'yali mu kifuba kya Yibulayimu'.

Yesu yabuulira enjiri eri emmeeme mu Ntaana eya waggulu oluvannyuma lw'okussa ogw'enkomerero ku musaalaba (1 Peetero 3:19). Yesu ng'amaze okubuulira enjiri mu Ntaana eya Waggulu, Yazuukira era n'aleeta emmeeme zonna mu lusuku lwa Katonda. Okuva olwo, emmeeme ezo ezirokoleddwa zisigala mu kifo awalindirwa mu Ggulu nga kino kisangibwa ku mabbali g'olusuku lwa Katonda. Ng'omusango ogw'oku Namulondo Ennene Enjeru guwedde, bajja kugenda buli omu mu kifo kye eky'okubeeramu mu ggulu, okusinziira ku kigera ky'okukkiriza ekya buli muntu babeere eyo olubeerera.

Ku musango ogw'oku Namulondo Ennene Enjeru, ogujja okusalibwa ng'okuteekebwateekebwa kw'abantu kuwedde, Katonda ajja kutunuulira buli kikolwa ekya buli omu okuva lwe yazaalibwa, oba kibi oba kirungi. Guyitibwa omusango ogw'oku Namulondo Ennene Enjeru lwakuba Entebe ya Katonda kw'anaasalira omusango ejja kuba emasamasa nnyo era ng'eyakaayakana nga njeru bwe tukutuku (Okubikkulirwa 20:11).

Okusala omusango kuno kujja kubaawo nga Mukama amaze okudda mu bbanga ne ku nsi, nga n'obwakabaka obw'Ekyasa buwedde. Emyoyo gino eginaaba girokoleddwa, bajja kuba basalirwawo empeera ez'okufuna, eri abo abatalokoleddwa, gujja kuba omusango ogw'ekibonerezo.

Obulamu Oluvannyuma lw'okufa obw'Emmeeme Ezitalokoleddwa

Abo abatakkiriza Mukama n'abo abayatula nti bamukkiririzaamu naye ne batalokoka bajja kutwalibwa abaweereza b'omu Ggeyeena babiri oluvannyuma lw'okufa kwabwe. Bajja kubeera mu kifo ekiringa ekinnya ekinene ennyo okumala ennaku ssatu okwetegekera Entaana eya Wansi. Obulumi obutagambika nga bubalindiridde. Oluvannyuma lwe nnaku esatu, bajja kutwalibwa mu Ntaana eya Wansi, ng'eyo gye bajja okufunira buli omu ekibonerezo kye okusinziira ku bibi bye. Entaana eya Wansi ng'eno ya Ggeyeena nnene nnyo nga mu Ggulu, era waliyo ebifo bingi eby'enjawulo emmeeme zonna ezitaalokolebwa mwe zisobola okubeera.

Ng'olunaku olw'omusango gw'oku Namulondo Ennene Enjeru, tegunnaba emmeeme zijja kugira zibeera mu Ntaana eya Wansi nga bwe zifuna ebibonerezo ebya buli kika. Mu bibonerezo ebyo mulimi ebiwuka oba ensolo okuyuzaayuza omuntu, oba okubonyaabonyezebwa abaweereza ba Ggeyeena. Oluvannyuma lw'okusala Omusango gw'oku Namulondo Ennene Enjeru, bajja kugenda mu nnyanja eyaka n'omuliro n'ekibiriiti (ng'eno olumu emanyiddwa ng'ennyanja ey'ekirungo kya sulfur ayaka) nga gye bajja okubonaabonera olubeerera (Okubikkulirwa 21:8).

Ebibonerezo mu nnyanja ey'omuliro oba ey'ekibiriiti tebisobola kugeraageranyizibwa mu bulumi n'ebyo eby'omu Ntaana eya Wansi. Omuliro gwe Ggeyeena gw'okya mu ngeri gy'otasobola na kulowoozaako. Ennyanja eyaka ng'ekibiriiti eyokya emirundi musanvu okusinga ennyanja ey'omuliro. Y'abo abantu abaakola ebibi ebitasonyiyika nga, okuvvoola n'okuwakanya Omwoyo Omutukuvu.

Katonda lumu yandaga ennyanja ey'omuliro n'eyekibiriiti ekyaka. Ebifo bino byali tebiggwayo era nga bijjudde ekintu ng'omukka ogwambuka okuva mu mazzi agookya ennyo, ng'abantu tebalabika bulungi. Abamu nga balabikako okuva mu kifuba, abalala ng'ekitundu ky'omubiri kyonna kibulidde mu nnyanja okutuuka ku nsingo. Mu nnyanja ey'omuliro, ng'okulaajana n'ebiwoobe bye bijjuddemu, naye nga mu nnyanja ey'aka ng'ekibiriiti, obulumi bwali bungi nga tebasobola na kusinda. Tulina okukkiriza nti ddala ensi eno etalabika gyeri era tutambulire mu Kigambo kya Katonda tusobole okufuna obulokozi.

Nga Enjuba n'Omwezi bwe Byawukana mu Kitiibwa

Ng'annyonyola ku mibiri gyaffe oluvannyuma lw'okuzuukira, omutume Pawulo yagamba, "Ekitiibwa ky'enjuba kirala, n'ekitiibwa ky'omwezi kirala, n'ekitiibwa kye mmunyeenye kirala, kubanga emmunyeenye teyenkana na ginaayo kitiibwa" (1 Abakkolinso 15:41).

Ekitiibwa ky'enjuba kitegeeza ekyo ekitiibwa ekinaaweebwa abantu abegiddeko ddala ebibi byabwe, ne bafuuka balongoofu, era nga babadde beesigwa mu byonna mu nnyumba ya Katonda ku nsi kuno. Ekitiibwa eky'omwezi kye kitiibwa ekiweebwa abo abatutuuse ku kitiibwa kya njuba. Ekitiibwa kye mmunyeenye kiweebwa abo abatatuuse ku kitiibwa kya mwezi. Era, nga emmunyeenye bwe zitenkana mu kitiibwa, buli omu ajja kufuna ekitiibwa kya njawulo n'empeera, wadde abantu abamu basobola okuyingira mu kifo kye kimu eky'okubeeramu mu Ggulu.

Baibuli etugamba nti tujja kufuna ebitiibwa bya njawulo mu Ggulu. Ebifo eby'okubeeramu mu ggulu n'empeera bijja kubeera bya njawulo okusinziira ku muntu gyakomye okwegyako ebibi, okusinziira ku kukkiriza okw'omwoyo kwe yalina, n'engeri gye tubaddemu abeesigwa eri obwakabaka bwa Katonda.

Obwakabaka obw'omu ggulu bulina ebifo eby'okubeeramu bingi era nga bigabirwa buli omu okusinziira ku kigera ky'okukkiriza ekya buli omu. Olusuku lwa Katonda muteekebwamu abo abalina okukkiriza okusembayo obutono. Obwakabaka obw'Eggulu obusooka busukulumako ku Lusuku lwa Katonda, Obwakabaka obw'okubiri obw'Eggulu busukulumako ku Busooka, ate Obwakabaka obw'okusatu obw'Eggulu busukulumako ku Bw'okubiri. Mu Bwakabaka bw'Eggulu obw'okusatu mwe musangibwa ekibuga kya Yerusaalemi Empya ng'eno namulondo ya Katonda gyesangibwa.

Eggulu Terisobola Kugeraageranyizibwa na Lusuku Adeni

Olusuku Adeni lulungi nnyo era wajjudde emirembe nti ekifo ekisingayo obulungi ku nsi tekisobola kubaako w'ekituuka Lusuka Adeni, Naye ate tolina w'otandikira kugeraageranya Lusuku Adeni na bwakabaka obw'eggulu. Essanyu eriwulirwa mu Lusuku Adeni n'eryo ery'omu bwakabaka obw'eggulu byanjawulo nnyo kubanga Olusuku Adeni lusangibwa mu ggulu ery'okubiri ate nga obwakabaka obw'eggulu buli mu ggulu ery'okusatu. Ate n'ekirala abo ababeera mu Lusuku Adeni si baana batuufu kubanga tebayise mu kuteekebwateekebwa kw'omuntu.

Katugambe obulamu obw'okunsi kwe kubeera mu kizikiza nga tewali kitangaala kyonna, olwo, obulamu mu Lusuku Adeni bubanga bw'obeera ne ttaala ey'omukono, ate ng'obulamu mu Ggulu bubanga alina amasanyalaze. Ng'ettaala z'amasanyalaze tezinayiyizibwa, waalingawo ttaala za mukono, nga zino tezaaka nnyo. Naye ng'era kyali ekintu eky'omuwendo. Abantu bwe baasooka okulaba ettaala ezaaka n'amasanyalaze beewuunya.

Nga bwe kyayogeddwa edda nti ebifo eby'okubeera mu ggulu bijja kuweebwa abantu okusinziira ku kigera okukkiriza n'omutima ogw'omwoyo gwe baateekerateekera ku nsi. Era, nga buli kifo eky'okubeeramu mu ggulu kya njawulo ddala mu kitiibwa n'essanyu eribaayo. Bwe tussukuluma ku ddaala ly'okutukuzibwa nga tuli beesigwa mu byonna mu nnyumba ya Katonda era ne tufuuka omuntu ow'omwoyo omujjuvu, tusobola okuyingira mu kibuga Yerusaalemi Empya ng'eyo namulondo ya Katonda gyesangibwa.

Yerusaalemi Empya, Ekirabo Ekisingayo Ekiweebwa Abaana Abatuufu

Nga Yesu bwe yagamba mu Yokaana 14:2, "Mu nnyumba ya Kitange mulimu ebifo bingi eby'okubeeramu," ddala mu butuufu ebifo eby'okubeeramu mu Ggulu bingi. Mulimu ekibuga kya Yerusaalemi Empya nga muno mwe mubeera namulondo ya Katonda, nga waliwo n'olusuku lwa Katonda, ng'eno we wabeera abayise ku lugwanyu okulokolebwa.

Ekibuga Yerusaalemi Empya, era kiyitibwa 'Ekibuga

eky'Ekitiibwa', era nga kye kifo ekisingayo obulungi mu bifo byonna eby'okubeeramu mu ggulu. Katonda tayagala bwagazi buli omu okulokoka wabula n'okujja mu kibuga kino (1 Timoseewo 2:4).

Omulimi tasobola kukungula eng'ano esingayo obulungi yokka. Mu ngeri y'emu, si buli muntu ateekebwateekebwa nti asobola okuvaamu ng'omwana wa Katonda omutuufu oyo alina omwoyo omujjuvu. Kale, abo abatajja kutuukiriza bisaanyizo bibatwala mu kibuga kya Yerusaalemi Empya, Katonda yategeka ebifo eby'okubeeramu bingi okutandikira ku lusuku lwa Katonda, okudda mu Bwakabaka Obusooka, Obw'okubiri, n'Obw'okusatu obw'omu ggulu.

Olusuku lwa Katonda ne Yerusaalemi Empya bya njawulo nnyo, gamba nga bw'olaba akasiisira akatalabika bulungi nnyo bwe kawukana ku lubiri. Nga omuzadde bw'ayagala okuwa abaana be ebintu ebisingayo obulungi, Katonda naye Ayagala tufuuke abaana Be abatuufu olwo tusobole okugabana ebintu byonna Naye mu Yerusaalemi Empya.

Okwagala kwa Katonda si kukoma ku bantu bamu. Kuweebwa eri oyo yenna akkiriza Yesu Kristo. Naye ebifo by'okubeeramu mu ggulu n'empeera, saako ekigero ky'okwagala kwa Katonda ebinaagabibwa bijja kubeera byawukana okusinziira ku kigero ky'okwetukuza n'obwesigwa omuntu by'aba n'abyo.

Abo abagenda mu Lusuku lwa Katonda, obwakabaka obw'omu ggulu Obusooka, oba Obw'okubiri, babeera tebanneggyako mubiri mu bujjuvu, era nga si baana ba Katonda abatuufu. Ng'abaana abato bwe babeera nga tebategeera buli kimu ekikwata ku bazadde baabwe, n'abo kibabeerera kizibu okutegeera omutima gwa Katonda. N'olwekyo, kuba kwagala kwa Katonda n'obwenkanya nti Yategeka ebifo eby'okubeeramu nga bya njawulo okusinziira ku kigera ky'okukkiriza omuntu ky'aba nakyo. Nga bwe kisinga okusanyusa nga muli n'abantu bwe mwenkana emyaka, kiba kisanyusa n'eri abatuuze b'omu ggulu abo abalina ekigera eky'okukkiriza ekyenkana okubeera awamu.

Ekibuga Yerusaalemi bwe bukakafu obulaga nti Katonda afunye ebibala ebituukiridde okuyita mu kuteekebwateekebwa kw'abantu. Amayinja ekkumi n'abiri ag'omusingi gw'ekibuga ag'akoleddwa mu mayinja ag'omuwendo ge galaga nti emitima gy'abaana ba Katonda abayingira ekibuga mirungi nnyo ng'ago amayinja ag'omuwendo omungi. Wankaaki eya luulu ekakasa nti abaana abo abayita mu wankaaki ezo basobodde okugumira embeera nga bw'olaba ebisosonkole bwe bikola luulu okuyita mu kugumira obulumi.

Bwe babeera nga bayita mu wankaaki ezikoleddwa mu luulu, bajjukizibwa buli kiseera obugumiikiriza n'okuguma bye baayitamu okusobola okuyingira Eggulu. Bwe batambulira ku nguudo eza zaabu, babeera bajjukira engeri z'okukkiriza ze bayitamu wano ku nsi. Obunene n'okuwundibwa kw'ennyumba eziweebwa buli sekinoomu ku bo zijja bibeera bibajjukiza engeri gye baayagalamu Katonda n'engeri gye baddizaamu Katonda ekitiibwa n'okukkiriza kwabwe.

Abo abanaayingira ekibuga Yerusaalemi Empya bajja kuba basobola okulaba Katonda maaso ku maaso kubanga banaaba bateeseteese emitima gyabwe nga mitukuvu era nga mirungi ng'amayinja ag'omuwendo era nga bafuuse abaana ba Katonda abatuufu. Era bajja kuweebwa bamalayika abawera era babeere nga mu ssanyu n'okusanyuka eby'olubeerera. Kifo kiyooyooteddwa nnyo era kitukuvu okusinga omuntu yenna bwayinza okulowooza.

Nga bwe waliwo ebika by'ebitabo eby'enjawulo, mu Ggulu nayo waliyo ebitabo eby'enjawulo. Waliyo ekitabo eky'obulamu omuwandiikibwa amannya gonna ag'abantu bonna abalokoleddwa. Waliyo n'ekitabo eky'okujjukira, nga muno muwandiikibwa ebintu omuntu bye bayinza okumujjukirako olubeerera. Kiri mu langi ya zaabu era nga zirima amabala ag'ekikungu n'ekitiibwa kungulu, kale omuntu asobola okukiraba nti kitabo kya muwendo munene. Kirimu mu bujjuvu abantu abalinako bye baakola mu mbeera ezimu, era ng'ebyo ebikulu ennyo biteekebwa ne ku katambi.

Eky'okulabirako, akatambi kaliko engeri bwe kyali nga Yibulayimu awaayo omwana we omu Isaaka ng'ekiweebwayo ekyokebwa; Eliya ng'ayita omuliro okuva mu ggulu; Danyeri ng'akuumibwa mu kinnya ky'empologoma; ne mikwano gya Danyeri esatu nga bakuumibwa obutafuna kisago kyonna bwe baasuulibwa mu kikoomi ky'omuliro okuwa Katonda ekitiibwa. Katonda abaako olunaku lwalonda nga lulungi n'abikkula ekitabo ng'alaga abantu ebirimu. Abaana ba Katonda bawuliriza ne ssanyu era ne bamuddiza ekitiibwa n'okumutendereza.

Era, mu kibuga kya Yerusaalemi Empya mujja kubaamu embaga nnyingi buli budde, nga muli ezo ezinaategekebwa Kitaffe Katonda. Wabeewo ezo ezinaategekebwa Mukama,

Omwoyo Omutukuvu, ne bannabbi nga Eliya, Enoka, Yibulayimu, Musa, ne omutume Pawulo. Abakkiriza abalala n'abo basobola okuyita ab'oluganda abalala ne bategekayo embaga. Embaga ez'ekika ekyo ze zireeta essanyu mu bulamu obw'omu ggulu. Kye kifo ew'okulaba n'okweyagalira mu bintu mu bungi, eddembe, obulungi, n'ekitiibwa kya Katonda kirabika wonna.

Ne ku nsi kuno, abantu beekolako mu ngeri esingayo obulungi era ne beeyagala nga bwe balya n'okunywa mu mbaga ennene. Kye kimu ne mu Ggulu. Embaga mu Ggulu, bamalayika bayimba n'okuzina n'okukuba ebivuga. Abaana ba Katonda n'abo basobola okuyimba n'okuzina. Ekifo kijjula amazina aganyuma n'okuyimba saako enseko ez'essanyu. Basobola okunyumya mu ssanyu n'ab'oluganda mu kukkiriza ng batudde ku mmeeza eneetooloovu wano ne wali, oba bayinza okubuuza ku ba jjajja b'okukkiriza be baali bagala ennyo okulaba.

Bwe bayitibwa ku mbaga etegekeddwa Mukama, abakkiriza bajja kwekolako nga bwe basobola basobole okulabika obulungi mu maaso g'omugole waabwe omusaaja nga ye Mukama. Mukama ye mugole waffe omusajja mu mwoyo. Abagole ba Mukama bwe batuuka mu maaso g'olubiri lwa Mukama, bamalayika babiri babaniriza n'essimbo ku njuyi zombi eza wankaaki eyakayakana n'amataala aga zaabu.

Ebisenge by'olubiri luno byawundibwa n'amayinja ag'omuwendo ag'enjawulo. Waggulu ku bisenge kwebulunguludde ebimuli ebirungi, era ebimuli bino bivaamu akawoowo akalungi ak'abagole ba Mukama ababeera bakatuukawo. Bwe bayingira mu nnyumba, babeera bawulira ennyimba enseneekerevu ezikwata mu nda ddala mu mwoyo. Bawulira essanyu n'okuwulira obulungi n'amaloboozi ag'okutendereza, era beebaza okuva ku ntobo y'emitima gyabwe, nga bwe balowooza ku kwagala kwa Katonda eyabalung'amya eri ekifo ekyo.

Bwe babeera batambulira ku nguudo eza zaabu nga badda eri ennyumba enkulu mu lubiri lwa Mukama nga bwe balung'amizibwa bamalayika, emitima gyabwe giwulira bulungi ng'omuntu gwe baaniriza obulungi. Bwe baba banaatera okutuuka ku nnyumba enkulu, basobola okulengera Mukama abeera afulumye ebweru okubaaniriza. Amangu ddala amaaso gaabwe gajjula amaziga, naye badduka eri Mukama kubanga bagala okumusisinkana mu bwangu ddala.

Mukama abagwa mu kafuba omu ku omu ng'amaaso Ge gajjudde okwagala n'okusaasira, era ng'emikono Gye gyanjuluziddwa bulungi. Abaniriza nga bwa bagamba, "Mujje! Abagole bange abalungi! Nsanyuse okubalaba!" Abakkiriza Mukama bayanirizza obulungi ennyo bajja kumwebaza n'emitima gyabwe gyonna, "Webale nnyo nnyini ddala okumpita ku mbaga!" Ng'era bw'olaba abantu abagalana ennyo, batambula nga Mukama abakutte mu mukono nga bwatunulatunula okubeetoolola, era nga banyumya Naye ebyo byonna bye baali bagala okumanya nga bakyali ku nsi.

Obulamu mu kibuga kya Yerusaalemi Empya, ng'obeera ne Katonda Obusatu, bujjudde okwagala, essanyu, okusanyuka, n'okwesiima. Tusobola okulaba Mukama maaso ku maaso, ne tugwako mu kifuba Kye, ne tutambulako Naye, era ne tweyagalira mu bintu bingi Naye! Nga bulamu bwa ssanyu obwo!

Okweyagalira mu ssanyu eryo, tulina okufuuka abatuukirivu era tutuukirize omwoyo, n'okusingawo omwoyo omujjuvu ogwo ogufaanana omutima gwa Mukama.

N'olwekyo, katutukirize mangu omwoyo omujjuvu n'esuubi lino, tufune emikisa gy'ebintu byonna nga bitutambulira bulungi n'okubeera abalamu ng'emmeeme yaffe bwekulaakulana, era mu dda tugende kumpi ddala nga bwekisobola ku namulondo ya Katonda mu kibuga eky'ekitiibwa ekya Yerusaalemi Empya.

Ebifa ku Muwandiisi:
Dr. Jaerock Lee

Dr. Jaerock Lee Yazaalibwa Muan, ekisangibwa mu ssaza lye Jeonnam, mu Nsi ye Korea, mu mwaka gwa 1943. Ng'ali mu myaka amakumi abiri, Dr. Lee yabonaabona n'endwadde nnyingi ez'olukonvuba okumala emyaka musanvu era ng'alinda bulinzi kufa awatali ssuubi lya kuwona. Wabula lumu mu biseera eby'omusana mu mwaka gwa 1974, yatwalibwa mwannyina mu kanisa era bwe yafukamira wansi okusaba, amangu ago Katonda Omulamu n'amuwonya endwadde ze zonna.

Okuva Dr. Lee bwe yasisinkana Katonda Omulamu okuyita mu ngeri ennungi bw'etyo, ayagadde Katonda n'omutima gwe gwonna era n'amazima, era mu mwaka gwa 1978 yayitibwa okuba omuweereza wa Katonda. Yasaba n'amaanyi ge gonna asobole okutegeera obulungi okwagala kwa Katonda, alyoke akutuukirize mu bujjuvu era agondere Ebigambo bya Katonda byonna. Mu 1982, yatandika ekanisa eyitibwa Manmin Central Church esangibwa mu kibuga Seoul, eky'omu nsi ye Korea, era eby'amagero bya Katonda ebitabalika, omuli okuwonya okw'ebyamagero bizze bibeerawo mu kanisa ye.

Mu 1986, Dr. Lee yatikkirwa ku mukolo Annual Assembly of Jesus ogwali mu Sungkyul Church of Korea, n'afuuka omusumba era oluvanyuma lw'emyaka ena mu mwaka gwa 1990, obubaka bwe bwatandika okuzanyibwa ku butambi mu nsi ya Australia, Russia, Philippines, n'ensi endala nnyingi ku mikutu nga Far East Broadcasting Company, Asia Broadcast Station, ne Washington Christian Radio System.

Nga wayise emyaka essatu mu 1993, Manmin Central Church yalondebwa okuba "emu ku kanisa 50 ezikulembedde mu nsi yonna" nga bino byafulumizibwa aba Christian World magazine (ng'efulumira mu Amerika) era n'afuna ekitiibwa ky'obwa Dokita mu By'eddiini okuva mu ttendekero eriyitibwa Christian Faith College, eky'omu kibuga Florida, ekisangibwa mu Amerika, era mu 1996 yaweebwa eky'obwa ssabakenkufu mu ttendekero lye Kingsway Theological Seminary, eky'omu kibuga Iowa, mu Amerika.

Okuva omwaka gwa 1993, Dr. Lee akulembeddemu okutambuza enjiri mu nsi yonna okuyita mu kuluseedi ennyingi z'akubye emitala w'amayanja nga kuluseedi eyali e Tanzania, Argentina, L.A., Baltimore City, Hawaii, ne New York City eky'omu Amerika, Uganda, Japan, Pakistan, Kenya, Philippines, Honduras, India, Russia, Germany, Peru, Democratic Republic of the Congo, Israel, ne Estonia. Mu 2002 empapula ez'amaanyi mu Korea z'amuyitanga "omusumba ow'ensi yonna" olw'emirimu gye mu nsi ez'enjawulo gye yakubanga Kuluseedi ennene ennyo.

Mu mwezi gw'okuna omwaka gwa 2016, Manmin Central Church ebadde eweza ba memba abassuka mu 120,000. So nga erina amatabi g'ekanisa amalala 10,000 agali mu Korea n'emu nsi endala, era n'aba minsani 129 beebakasindikibwa mu nsi 23, omuli ne Amerika, Russia, Germany, Canada, Japan, China, France, India, Kenya, n'endala nnyingi.

Ekitabo kino w'ekifulumidde, Dr. Lee abadde awandiise ebitabo ebirala 84, omuli ebisinze okutunda nga Okuloza ku Bulamu Obutaggwaawo nga si n'afa, Obulamu Bwange, Okukkiriza Kwanga I & II, Obubaka Bw'Omusalaba, Ekigera Okukkiriza, Eggulu I & II, Ggeyeena, ne Amaanyi ga Katonda. Ebitabo bye bikyusiddwa okudda mu nnimi ezissuka mu 75.

Waliwo obubaka bwe obuwandiikibwa mu miko gye mpapula z'amawulire ng'olwa The Hankook Ilbo, The JoongAng Daily, The Dong-A Ilbo, The Munhwa Ilbo, The Seoul Shinmun, The Kyunghyang Shinmun, The Korea Economic Daily, The Korea Herald, The Shisa News, ne The Christian Press.

Dr. Lee kati akola ng'omukulembeze w'ebitongole by'obu misani bingi saako ebibiina: nga ye Sentebe wa, The United Holiness Church of Jesus Christ; Ye Pulezidenti wa, Manmin World Mission; Permanent President, The World Christianity Revival Mission Association; Ye yatandika era ali ku bboodi ya, Global Christian Network (GCN); Mutandisi era ye Ssentebe wa Bboodi ya, World Christian Doctors Network (WCDN); era ye yatandika era ye sentebe wa Bboodi ya, Manmin International Seminary (MIS).

Ebitabo ebirala Eby'amaanyi eby'omuwandiisi y'omu

Eggulu I & II

Ekifaananyi ekiraga ekifo ekirungi ennyo abatuuze b'omu ggulu mwe babeera n'ennyinyonyola ennungi ey'emitendera egy'enjawulo egy'obwakabaka obw'omu ggulu

Obubaka Bw'Omusalaba

Obubaka obw'amaanyi obw'okuzuukusa abantu bonna ab'ebase mu mwoyo! Mu kitabo kino ojja kusangamu ensonga lwaki Yesu ye Mulokozi yekka n'okwagala okutuufu okwa Katonda.

Ggeyeena

Obubaka obw'amazima eri abantu bonna okuva eri Katonda, oyo atayagala wadde omwoyo ogumu okugwa mu bunnya bwa ggeyeena! Mujja kuzuula ebyo ebitayogerwangako ku bukambwa ate nga bwa ddala obuli mu magombe aga wansi aga geyeena.

Okuloza ku Bulamu Obutaggwaawo nga si n'afa

Obujjulizi bwa Dr. Jaerock Lee, eyazaalibwa omulundi ogw'okubiri era n'alokolebwa okuva mu kiwonvu eky'ekisiikirize eky'okufa era abadde atambulira mu bulamu bw'ekikristaayo obw'okulabirako

Zuukusa Isiraeri

Lwaki Katonda amaaso ge agakuumidde ku Isiraeri okuva olubereberye lw'ensi eno okutuuka leero? Alina nteekateeka ki gyategekedde Isiraeri mu nnaku ez'oluvannyuma, ezirindirwamu Omununuzi?

Obulamu Bwange, Okukkiriza Kwange I & II

Evvumbe ery'omwoyo erisingayo obulungi erigiddwa mu bulamu obwameruka n'okwagala kwa Katonda okutatuukika, wakati mu mayengo g'ekizikiza, n'enjegere ezinyogoga saako obulumi obutagambika

Amaanyi ga Katonda

Kye kitabo ky'olina okusoma nga kikola ng'ekirung'amya eky'omugaso omuntu mwayinza okuyita okufuna okukkiriza okwa ddala n'okulaba amaanyi ga Katonda

www.urimbooks.com

www.ingramcontent.com/pod-product-compliance
Lightning Source LLC
LaVergne TN
LVHW021807060526
838201LV00058B/3266